ஏ தாழ்ந்த தமிழகமே!

தீ பரவட்டும்

பேரறிஞர் அண்ணா

ஆழி

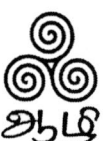

ஏ தாழ்ந்த தமிழகமே!
ஆசிரியர்: பேரறிஞர் அண்ணா
பதிப்பு : டிசம்பர் 2023
வெளியீடு:
ஆழி பப்ளிஷர்ஸ், 1 A, திலகர் தெரு,
பாலாஜி நகர், துண்டலம், அய்யப்பன்தாங்கல்,
சென்னை – 600 077

Ē tāḻnta tamiḻakamē!
© Perarignar Anna
Edition: December 2023
Published by:
Aazhi Publishers, 1 A, Thilagar Street,
Balaji Nagar, Thundalam, Iyyapanthangal,
Chennai - 600 077. Tamilnadu, India.

Sales Office:
Aazhi Publishers,
5, K.K. Salai, Kaveri Rangan Nagar,
Saligramam, Chennai - 600 093
www.aazhibooks.com
info@aazhibooks.com
Ph: 044-4287 6858, Cell: 9715089690
Pages : 88
Price : Rs. 110/-
Paper : 18.6 NS Maplitho
ISBN: 978-93-80244-16-7
Printers: Adayar Student Xerox, Chennai.

அட்டை வடிவமைப்பு: அகிலன் கார்த்திகேயன்

பதிப்புரை

திராவிட இயக்கம் தமிழ்நாட்டின் மீதும் தமிழ்ச்சமூகத்தின் மீதும் செலுத்தியிருக்கும் தாக்கம் மிகப்பெரியது. தந்தை பெரியார், பேரறிஞர் அண்ணா, பாவேந்தர் பாரதிதாசன், கலைஞர் மு.கருணாநிதி, நாவலர் நெடுஞ்செழியன், பேராசிரியர் அன்பழகன் என நீளும் அதன் முன்னணித் தலைவர்கள் எழுதியும் பேசியும் இந்தச் சமூகத்தின் அடித்தளத்தை மாற்றியமைத்தார்கள். அவர்களின் நூல்களில் மிக முக்கியமானவற்றை – தற்போது நாட்டுடைமையாக்கப்பட்ட நூல்களாக கிடைக்கும் நூல்களில் சிலவற்றை – ஆழி செஞ்சுவடிகள் வரிசையில் வெளியிடுவதில் நாங்கள் பெருமை அடைகிறோம்.

சங்க காலம் தொடங்கி இன்றுவரை தமிழில் வெளிவந்த காலத்தை வென்றப் படைப்புகளைத் தொகுக்கவேண்டும் என்பதுதான் ஆழி செஞ்சுவடிகள் என்கிற ஆழி பதிப்பகத்தின் செவ்வியல் நூல்வரிசைத் தொடரின் நோக்கம். அதில் இலக்கியங்கள், உரைநடைகள், நவீன படைப்புகள், மொழிபெயர்ப்புகள் என பலவும் இடம்பெறும். அதன் ஒரு பகுதியாக திராவிட இயக்கம் தொடர்புடைய நூறு நூல்களையாவது தொகுத்தளிக்கவேண்டும் என்கிற முயற்சியில் இந்த ஒரு திட்டத்தை 2022 இல் நாங்கள் தொடங்கினோம். குறிப்பாக பேரறிஞர் அண்ணாவின் நூல்களை லட்சம்பேருக்கேனும் கொண்டுசெல்ல ஒரு முயற்சி எடுத்தோம். அதன் விளைவாக அவருடைய முப்பதுக்கும் மேற்பட்ட நூல்கள் இந்த நூல்வரிசையில் இடம்பெற்றுள்ளன. மற்ற தலைவர்கள், அறிஞர்களின் நூல்களும் இடம்பெற்றுள்ளன. தந்தை பெரியார், கலைஞர் போன்றோரின் நூல்களைப் பொறுத்தவரை, பதிப்புரிமை பெற்ற பிறகு அவர்களின் முக்கிய நூல்கள் சிலவும் இத் தொடரில் விரைவில் வெளிவரும்.

அதுமட்டுமன்றி, தமிழ்நாட்டின் முக்கிய அரசியல் இயக்கங்களான தாழ்த்தப்பட்டோர் உரிமை இயக்கம், பொதுவுடைமை இயக்கம். தனித்தமிழ் மற்றும் தமிழ்த்தேசிய

இயக்கம் உள்ளிட்ட பல்வேறு முற்போக்கு இயக்கங்களின் முக்கிய முன்னோடிகளின் நூல்களும் இவ்வரிசையில் வெளிவரும். நவீனத் தமிழ்நாட்டின் எண்ணவோட்டத்தை உருவாக்கிய பலர் – இராமலிங்க அடிகளார், அத்திப்பாக்கம் வெங்கடாசல நாயகர், பண்டிதர் அயோத்திதாசர், மனோன்மணியம் சுந்தரனார், உ. வே. சாமிநாதர், டி. எம். நாயர், வ. உ. சிதம்பரனார், சிங்காரவேலர், சுப்பிரமணிய பாரதியார், மறைமலையடிகள், நாவலர் சோமசுந்தர பாரதியார், திரு. வி. க, எம். சி. ராஜா, இரட்டைமலை சீனிவாசனார், தேவநேயப் பாவாணர், குத்தூசி குருசாமி, சி. பி. சிற்றரசு, புலவர் கா. கோவிந்தன். பெருஞ்சித்திரனார், ப. ஜீவானந்தம், ம. பொ. சிவஞானம், புதுமைப்பித்தன், ந. பிச்சமூர்த்தி. கல்கி, நாமக்கல் கவிஞர், பெரியசாமித்தூரன், புலவர் குழந்தை, குன்றக்குடி அடிகளார், மா இராசமாணிக்கனார். கவி கா. மு. ஷெரீப், வ. சுப. மாணிக்கனார், தொ. மு. சி. ரகுநாதன், நா. வானமாமலை, முல்லை முத்தையா, வெ. சாமிநாத சர்மா, ராஜம் கிருஷ்ணன் என இந்த வரிசை நீண்டுகொண்டே செல்லும். முதலில் நாட்டுடைமையாக்கப்பட்ட நூல்களில் தொடங்கி பிறகு பதிப்புரிமை பெற்ற நூல்களிலும் செவ்வியல் படைப்புகளைத் தொகுப்பது என்பது எங்கள் திட்டமாகும். தமிழின் அரிய நூல்கள் பலவும் இதில் இடம்பெறும்.

அரசியல், சமூகப் படைப்புகளோடு பொதுவாக வெளிவந்த முக்கிய இலக்கியப் படைப்புகளும் புனைவிலி எழுத்துக்களும் மொழிபெயர்ப்புகளும் என சுமார் 500க்கும் மேற்பட்ட நூல்களை இத்தொடரில் சில ஆண்டுகளில் வெளிக்கொண்டுவர ஆழி பதிப்பகம் உரிய முயற்சிகளை எடுத்துவருகிறது.

இப்பெருமுயற்சிக்கு நாங்கள் வாசகர்களாகிய உங்களிடமிருந்து ஒன்றை மட்டுமே எதிர்ப்பார்க்கிறோம். தனித்தனியாக அல்லாமல் கொத்துக்கொத்தாக இவற்றை நீங்கள் அள்ளிக்கொண்டு சென்று. அவ்வறிவுச் செல்வத்தை சுற்றமும் நட்பும் சேர்ந்துப் படிக்கவேண்டும் என்பதுதான் அது!

அன்புடன்

ஆழி செந்தில்நாதன்

பதிப்பாளர்

உள்ளடக்கம்

1. ஏ தாழ்ந்த தமிழகமே!   7
2. தீ பரவட்டும்! - I   39
3. தீ பரவட்டும்! - II   60

"ஏ தாழ்ந்த தமிழகமே!"

[1945ஆம் ஆண்டில் அண்ணாமலைப் பல்கலைக் கழகப் பட்டமளிப்பு விழா அரங்கில் புரட்சிக் கவிஞர் பாரதிதாசன் அவர்களது உருவப் படத்தைத் திறந்து வைத்து அறிஞர் அண்ணா அவர்கள் ஆற்றிய வரலாற்றுச் சிறப்புமிக்க சொற் பொழிவு]

புரட்சியின் சிகரம்

தலைவர் அவர்களே! அருமைத் தோழர்களே!

மிக உற்சாகத்துடன் ஒரு கவிக்கும் (பாரதிதாசன்) ஒரு பேராசிரியருக்கும் (பேராசிரியர் கா.சு. பிள்ளை) சிறந்த முறையிலே பாராட்டுதல் நடத்துகிற இந்த உங்கள் சம்பவத்திலே, நான் கலந்து கொண்டு பேசுவதற்கும், இதில் பங்கு எடுத்துக்கொள்ள வாய்ப்பு அளித்தமைக்கும் எனது மகிழ்ச்சி. இந்த நிகழ்ச்சி ஒரு சில நாட்களுக்கு முன்பே நடந்திருக்க வேண்டும்; பல வேலையின் காரணமாக நான் வரத்தவறியதால் முடியவில்லை; அதற்கு மன்னிக்குமாறு பணிவுடன் கேட்டுக்கொள்ளுகிறேன். உங்களுக்கு என்னை அறிமுகப்படுத்திய தோழர் தண்டபாணி அவர்கள் பலபடச் சொல்லிவிட்டார். அவர் என்னைப் புரட்சியின் சிகரம் என்றார். புரட்சி இவ்வளவு குள்ளமாயிராது. புரட்சியின் சிகரம் என்றால், அது இங்கே அமர்ந்திருக்கும் டாக்டர் சிதம்பரநாதன் அவர்களுக்குப் பொருந்தும். அவர் மிகவும் உயரமானவர். ஆகவே, நான் புரட்சியின் சிகரத்திற்குப் பக்கத்திலே, மலைச் சாரலிலே நின்றுகொண்டு, ஏதோ சில பேசலாமென்றிருக்கிறேன்.

ஒரே இனம்

கவிஞர் பாரதிதாசன் அவர்கள் அளித்த கவிதைகளை நான் பார்த்திருக்கிறேன்; படித்துமிருக்கிறேன் என்பதற்காக மட்டுமல்ல நான் பாரதிதாசன் படத்தைத் திறந்து வைக்கப் பிரியப்படுவது. புரட்சிக் கவியும் நானும் ஒரே இனம்;

ஒரே இனக் கொள்கை உடையவர்கள். பொதுமக்கள், துர்ப்பாக்கியவசமாக அவர் நாட்டுக்கு ஆற்றுகின்ற தொண்டைப் பற்றி நினைக்காவிட்டாலும், ஒரு சிறு நன்றியாவது செலுத்தாவிட்டாலும், பல மாணவர்களின் உள்ளங்களிலே பாரதிதாசன் மேல் அன்பு ஊடுருவிப் பாய்ந்து அவருக்கு இப்படிப்பட்ட பாராட்டுதல் விழா நடத்துவது பற்றி பெரு மகிழ்ச்சி அடைகிறேன். ஆனால் மகிழ்ச்சியுடன் ஆச்சரியமும் கலந்து வருகிறது. பலர் படித்தவர்கள், கட்சிக் கொள்கைகளைப் பரப்புபவர் என்று கூறுகிறார்கள். புரட்சிக் கவிஞரைப் பற்றிக் குறிப்பிடும்போது, தலைவர் அவர்கள் எடுத்துக்காட்டியது போல, 'கவிஞர் மாத்திரம் ஓர் கட்சியின் கவி; குறிப்பிட்ட கொள்கைக்காகத் தனது கற்பனா சக்தியையே பாழ்படுத்துகிறவர்; வகுப்புவாதத்தை வளர்க்கிறவர்; நாத்திகர்' என்று மாத்திரம் ஒரு சிலரால் தூற்றப்படாமல் இருந்தால், அவரது எழுத்துக்கள் ஒவ்வொன்றும் பொன் எழுத்துக்களால் பொறிக்கப்பட்டிருக்கும். அவர் அப்படியே இருந்தாலும் இருப்பதற்குக் காரணம் அவரது இயற்கையல்ல. இந்தத் துரதிர்ஷ்டவசமான நாட்டிலே நானாவிதமான கட்சிகள் நடமாடுகின்றன அக்கட்சிகள் என்னும் கூடாரத்திலே கவிகள் அடைக்கப்பட்டிருக்கிறார்கள். அவர்களை வெளியேற்ற, வெட்ட வெளியிலே கொண்டுவந்து உலவச் செய்ய, தமிழர்களுக்குப் போதிய உள்ளம் இருக்குமானால், நாங்கள் தடை சொல்ல மாட்டோம். அந்தக் கட்சிக்கவி என்று சொல்லப்படுபவரிடம் சொல்பவர்கள் கட்சி பேதமின்றிக் கவி என்பதற்காக மட்டும் அன்பு செலுத்தினால் போதும்; இன்பம் பெறலாம்.

எதற்காக?

புரட்சிக் கவிஞரின் கருத்தோவியங்களைப் பற்றி அறிஞர் சிதம்பரநாதனைப் போன்றவர்கள்தான் பேசுவது பொருத்தமாகும். ஆனால், என்னைப்போல் அவரது கொள்கையைக் கடைப்பிடித்து, நண்பர் தண்டபாணி குறிப்பிட்டதுபோல் அவருக்குத் தோழனாகவும் இருந்து, அவரது கருத்துக்களை ஏட்டிலே தீட்டியும், நாட்டிலே பேசியும், செயலிலே காட்டியும் வருபவர்கள் உரிமைக்காகப் பேசலாம். ஆகவே நானும் உரிமைக்காகக் கவிஞரின் படத்தைத் திறந்து வைக்க அருகதையுள்ளவன். அப்படித் திறந்து வைக்கும்போது, கவி கண்ட நுட்பத்தைப் பற்றியோ, கலை நயத்தைப் பற்றியோ, காவிய ரசத்தைப் பற்றியோ அல்லது அவைகளுக்கு விளக்க

உரையோ, விரிவுரையோ கருப்பொருளோ, பருப்பொருளோ கொடுக்க அல்ல, நான் பேச இருப்பது.

நல்லகாலம்

இப்பொழுது தமிழிலே பாடுகின்ற, தமிழுக்காக உழைக்கின்ற எல்லாக் கவிவாணர்களையும் தமிழ்நாடு வரவேற்கின்றது. எக்கட்சியினராயினும் செய்கிற தொண்டு தமிழுக்கும் தமிழ் நாட்டிற்கும் பயன்படுகிறதென்றால், தமிழனுடைய உள்ளம் குளிர்கிறது. உடனே கவிகளைக் கட்டி அணைக்கத் தனது இரு கரங்களையும் நீட்டுகிறான். பாராட்டுகிறான்; பரிசளிக்கிறான். இது நாட்டின் நற்காலத்திற்கோர் எடுத்துக்காட்டு.

இதற்குமுன்

இதற்கு முன்பெல்லாம், கடந்த 10, 15 ஆண்டுகளாக, இப்படிப்பட்ட நிகழ்ச்சிகள் நடந்தது கிடையாது. கவிகளை மக்கள் கனவிலுங்கூடக் கருதினாரில்லை. தமிழுந் தன்னந்தனியே தமிழரை விட்டுப் பிரிந்து உலவிற்று. உதாரணமாக, அப்பொழுதெல்லாம் தமிழ் ஆசிரியர்களுக்கும், மாணவர்களுக்கும் எவ்வளவு தொடர்பு இருந்ததென்றால், முருகனுக்கும் தெய்வயானைக்கும் எவ்வளவோ அவ்வளவு. தமிழ்ப் பண்டிதர்களுடைய நிலையே தனி. அவர்கள் சரிந்த தலைப்பாகையும், உலர்ந்த கண்களும், ஒட்டிய கன்னங்களும், வீட்டில் அரை டஜன் குழந்தைகள் என்ற எண்ணமும், குறைந்த ஊதியமும் அவர்களைப் பரிதாபகரமான நிலையிலே கொண்டுவந்து நிறுத்திற்று. அதிக ஆற்றலிருந்தும், ஆங்கிலம் கற்காத காரணத்தால் நிலை தாழ்ந்தது. தமிழனுக்குத் தாய் மொழியைக் கற்றுக் கொடுத்த காரணத்திற்காகச் சம்பளம் குறைந்தது. அவர்களை இகழுவது, தள்ளி வைப்பது ஆகியவைகளின் பிரதிபலிப்பு மாணவர்களிடையேயும் தென்பட்டது. தமிழ் வகுப்பு என்றால் இஷ்டப்பட்டால் போகிற வகுப்பு என்று நினைத்தார்கள். தமிழ் வகுப்பு நடந்து கொண்டேயிருக்கும். தெய்வயானையை விட்டுவிட்டு வள்ளியைத் தேடிக்கொண்டு முருகன் போவதுபோல், மாணவர்கள் வாத்தியாரை விட்டுவிட்டு வெளியே போய் விடுவார்கள். ஆனால் அந்த நிலை இன்று மாறிவிட்டது. எங்குச் சென்றாலும் தமிழ், தமிழர் என்ற பேச்சுக்களையே நான் பார்த்திருக்கிறேன். ஓரிரண்டு ஆண்டுகளாக ஆங்கிலத்திலேயே பேசுவேன் என்று சபதஞ் செய்து கொண்டிருந்தவர்கள்கூட, 'இன்று தமிழிலேயே பேசுவேன்; தமிழிலேயே எழுதுவேன்,

எண்ணுவேன்' என்று சொல்லுவதை, தமிழிலே கவிதைகள்; தமிழிலே நாடகங்கள்; தமிழிலே இசைகள்; இவைகளை யாரும் எங்குச் சென்றாலும் பார்க்கலாம். நேற்று கூப்பிட்டிருந்தால் 'வர மாட்டேன்' என்று இன இறுமாப்புடன் இருந்திருப்பவர்கள் கூட, இன்று தாமும் தமிழர், தமிழர் இனம் என்று சொல்லிக் கொள்ள முற்படுகிறார்கள். ஆனால், இந்த நிலை என்றும் மாறாமல் நிலைத்திருக்குமா!

நேற்றைய உறக்கம் இன்றைய விழிப்பு

என்ன! இவ்வளவு நாளுமில்லாததோர் விருப்பு, ஓர் உணர்ச்சி, தாய்மொழிப்பற்று, தன்னினப்பற்று, தமிழர்களிடையே ஏற்பட்டதற்கு, தமிழன் தன்நிலை உணரவந்ததற்குக் காரணம், இந்தப் புரட்சிக்கவி பாரதிதாசன் நேற்று இல்லை; இன்று இருக்கிறார் என்று சொல்லுவேன் என்று நீங்கள் கருதினால், அப்படிச் சொல்பவனல்லன். அவருக்கு முன்னால் இருக்கும் பெயரே, அவருக்கு முன் மாபெருங்கவி பாரதியார் இருந்தார் என்பதை நினைவூட்டுகிறது. கவிகளும் புலவர்களும் இதற்குமுன் இருந்த இழிநிலைக்கும், தமிழிடையே தமிழர் பற்றுக் கொள்ளாததற்கும் காரணம்: தமிழ்நாடு என்றால், அது குறுகிய மனப்பான்மை என்றும், தமிழ் மொழி என்றால் அது உத்தியோகத்திற்கு லாயக்கானதல்லவென்றும் தமிழ் படித்த ஒருசில வட்டாரங்களிலே உலவி வந்ததும், தமிழ்நாட்டின் எல்லையைக் குறிக்க வந்தால், தமிழனுடைய மேன்மையைப் பண்பைக் குறித்தால், தமிழனுடைய தனித்தன்மையைக் குறித்தால், நாம் நாட்டுக்குச் செய்கின்ற நாசகாரியங்கள் என்று தவறாக, தெரியாமல், பாமரர்களும், படித்தவர்களும் கருதினதும் தான் ஆகும். தெரிந்து, பாமரர்களுக்குப் பரிந்து பேசுவதுபோல நடிக்கும் நயவஞ்சகர்கள் நாட்டிலே உண்டாக; எத்தர்களும் ஏமாளிகளும் ஏற்பட்டனர். ஏமாற்றி வாழ்பவன் எத்தன். ஏமாறுபவன் ஏமாளி. தன்னுணர்வு அற்ற மக்களால் தமிழும் தமிழ் அறிஞர்களும் போற்றப்படாமல் மூலை முடுக்குகளிலே தூங்கிக் கிடந்தனர்.

ஆனால் இன்று, தூங்குகிறவர்களைத் தட்டி எழுப்புகின்றனர். துக்கப்படுகிறவர்களுடைய துயரத்தைத் துடைக்கின்றனர். தேம்பித் திரியும் கவிவாணர்களைத் தேடிப்பிடித்து, அவர்களை மார்போடு அணைத்து உச்சிமோந்து, முத்தம் கொடுத்து உள்ளம் பூரிக்கின்றனர். இவனா, இவன் என் இனத்தவன். அது தமிழா? அமிழ்தினுமினியதல்லவா? அவனா, அவன்

ஓவியக்காரன்; அவன் ஓவியங்கள், ரவிவர்மா படத்துடன் போட்டியிடும். அவன் தமிழிசைவாணனா? தமிழிசை எந்த விதத்திலும் தெலுங்கைவிடக் குறைந்ததல்லவே! அவன் நடனக்காரன்; அவனது நடனம் வடநாட்டு நடனத்தைவிட ரம்யமாக இருக்கும்! அவன் நடிகன். மேல் நாட்டு நடிகனும் அவனிடம் தோற்றுவிடுவான். தமிழ்நாட்டு நடிகன் நமது இருதயத்தைத் தான் நடிக்கும் நாடகமேடையாக்கிக் கொள்கிறான். அவன் கவிஞன்; அவன் பாக்களில் ஓர் அடிக்கு, மேல் நாட்டிலே, ஓராயிரம் பொன் கொடுப்பார் என்று இன்று தமிழ் அறிவாளிகளை, சிற்பிகளை, சிந்தனையாளர்களை, கவிஞர்களை, கலைவாணர்களை தமிழகம் போற்றுகின்றது. அந்த நிலை நேற்று இல்லை; இன்று இருக்கிறது, நாளை நீடித்திருக்க வேண்டும். நிலைத்திருந்தால்தான், ஒரு பாரதிதாசன் அல்ல; எண்ணற்ற பாரதிதாசர்கள் தோன்றுவார்கள். அவர்களைக் கண்டு, அவர்கள் காட்டிய வழிகளைத் தமிழகமும் தமிழரும் பின்பற்றிப் பயனடைய ஏதுவாகும்.

சங்க இலக்கியம்

கவிஞர்களையும், மற்றவர்களையும் அன்று போற்றாததற்கும், இன்று போற்றுதற்கும் இன்னுமொரு காரணமுண்டு. சங்க இலக்கியங்களிலே, நமது கண்ணும் கருத்தும் படாதபடி திரையிட்டு வந்தார்கள்.

உங்களில் பலர் சங்க இலக்கியங்களைப் படித்திருக்கலாம். சிலர் புரிந்துகொண்டிருக்கலாம். சிலர் புரிந்தது போல் பாவனை காட்டலாம். நான் சங்க இலக்கியங்களைப் படித்தவனல்லன்; அல்லது படித்தவனைப் போலப் பாவனை செய்பவனுமல்லன். அதற்காக வெட்கப்படப்போவதுமில்லை. சங்க இலக்கியங்களை நான் படிக்கவில்லை என்றால், அதற்குக் காரணம் எனது அறியாமையல்ல. என் கண்முன் சங்க இலக்கியங்கள் நர்த்தனமாடவில்லை. என் கண்முன் அவைகளைக் கொண்டு வந்து புலவர் பெருமக்கள் நிறுத்தவில்லை.

யார் அணுகுவார்கள்?

நாவலர்களும், பாவலர்களும் சங்க இலக்கியங்களைச் சுற்றி நாலு பக்கமும் வேலிகள் அமைத்து, இங்கு எட்டாத அளவுக்கு எட்டடி உயரத்தில் எழுப்புச் சுவரை எழுப்பி வைத்துக் கொண்டும் “உள்ளே ஆடுது காளி, வேடிக்கைப் பார்க்க வாடி” என்பது போலத் ‘தொல்காப்பியத்தைப் பாரீர், அதன்

தொன்மையைக் காணீர்' என்றால் அதனிடம் யார் அணுகுவார்? சங்க இலக்கியங்களை வீட்டைவிட்டு வெளியேற்றி, நாட்டிலே நடமாட விடவேண்டும். நடன சுந்தரிகளாகச் சிறுசிறு பிரதிகள் மூலம், தொல்காப்பியக் கருத்துக்களைத் தொகுத்து வெளியிட்டால்தான் தொல்காப்பியம் சிறு சிறு குழந்தைகளாக ஒவ்வொருவருடைய மடியிலேயும், மனத்திலேயும் தவழும். ஒவ்வொர் இல்லமும் இலக்கியப் பூங்காவாகக் காட்சியளிக்கும். இன்றைய புலவர்கள் உண்மையிலேயே இனிமையையும், எளிமையையும் சங்க இலக்கியத்துடன் சேர்த்து மக்களுக்கு ஊட்டியிருப்பார்களானால், சங்க காலப் புலவர்களைப் போற்ற வேண்டும் என்ற எண்ணம் அவர்களுக்கு இருக்குமானால், அவர்கள் ஒவ்வோர் இல்லத்தையும் இலக்கியப் பூங்காவாக்கும் உழவர்களாக இருந்திருக்க வேண்டும். ஆனால், அப்படியில்லை என்பதை நினைக்கும் பொழுதுதான் அவர்கள் இவ்வளவு நாட்களாக நாட்டுக்குச் செய்தது தொண்டு அல்ல, துரோகம் என்று எண்ண வேண்டியிருக்கிறது.

கம்பனா, இளங்கோவா?

புலவர்கள் தாங்கள் நன்மை செய்வதாய்க் கருதிக் கொண்டு, ஒருசில புலவர்களையும், கவிகளையுமே பொதுமக்களுக்கு அறிமுகப்படுத்தியும், பொதுமக்களின் பாராட்டுதலுக்கு, அந்த ஒரு சிலரே அருகதையானவர்கள் என்று சொல்லியும் வருகிறார்கள். அதன்மூலம் உண்மைக் கவிகள், உயிர்க்கவிகள், சங்ககாலப் புலவர்கள், மறைக்கப்படுகிறார்கள் என்பதை மறந்து விடுகிறார்கள், இன்னும் தெளிவாகக் கூறவேண்டுமானால், கம்பனை எந்த அளவுக்கு பொது மக்களுக்கு அறிமுகப்படுத்தினார்களோ, அந்த அளவுக்குச் சங்ககாலப் புலவர்களை அறிமுகப்படுத்தவில்லை. கம்பனைத் தெரிந்த பொதுமக்கள்தாம் அதிகம் இருப்பார்களே தவிர, இளங்கோவைப் பற்றித் தெரிந்தவர்கள் கொஞ்சமாகத்தான் இருப்பார்கள். வேண்டுமென்றால், தில்லையில் ஓர் ஓட்டுப் பெட்டியை வைத்துப் பிரச்சாரமில்லாமல், அப்படி இருந்தால் இருபக்கமும் நடத்தி, கம்பனுக்கும், இளங்கோவுக்கும் ஓட்டுப் போடச் சொன்னால், தேர்தலில் கம்பன்தான் வெற்றி பெறுவான். ஆனால் நாம் நமது கல்பனா சக்தி முன்பு இருவரையும் நிறுத்திப் பேசச் சொன்னால், கம்பர் இளங்கோவைப்பார்த்து, 'எனக்கு உயிர் ஊட்டிய உத்தமரே' என்பர்; 'எனக்கு அணி அழகு தந்த ஆணழகரே' என்பர்.

திரைபோட்டு விட்டனர்

அகத்தையும், புறத்தையும், அதிலே காட்டப்பட்ட கருத்துக்களையும், அணிகளையும், உவமைகளையும் நாம் அறியாமற் போனதற்குக் காரணம், பத்திரிகைகள் ஒரு கவியைப் பற்றியே புகழ்வதும், ஒருசில கவிதைகளிலேயே அது எவ்வளவு பழமையில் அழுந்தியிருந்தபோதிலும், புதுமை மிளிர்வதாகவும், ரசம் ததும்புவதாகவும் விளம்பரப்படுத்துவதும், மிதிலைச் செல்வியைப் பற்றியும், கோசலைச் செல்வனைப் பற்றியும் மாதாந்தர வெளியீடுகளும், ஆண்டு மலர்களும், பிரத்தியேகப் புத்தகங்களும் வெளியிடுவதும்தான் ஆகும்.

கம்பனையும், சேக்கிழாரையும் அடிக்கடி பலப்பல நிறங்களிலே காட்டுவதன் மூலம் – கம்ப ராமாயணத்தையும் பெரிய புராணத்தையும் தத்துவார்த்தங்களாலும், புதுமைக் கருத்துக்களாலும் காட்டி நிலைநாட்டுவதன் மூலம், வள்ளுவனை மக்கள் அதிகம் காண முடியவில்லை.

அகநானூற்றையும், புறநானூற்றையும் மக்கள் மறக்க நேர்ந்தது. கற்றறிந்தோர் ஏற்றும் கலித்தொகையைக் கற்றவரிடம் காண்பதே அரிதாகி விட்டது. பரிபாடலைப் பார்க்கவே முடியவில்லை. ஆகவே, சங்க இலக்கியங்கள் மங்கி, மக்களுடைய மனத்தைப் பெறாமல் போனதற்குக் காரணம் அந்தச் சங்க இலக்கியக் கர்த்தாக்களைக் காணமுடியாதபடி நமது கண்முன் திரை போட்டு விட்டார்கள். ஒரு சிலரையே மீண்டும் மீண்டும் அறிமுகப்படுத்துவதன் மூலம், பொதுமக்களுடைய ஆதரவைப் பெறமுடியும்; குறிப்பிட்ட திட்டம் நிறைவேறும்; மக்களுடைய மனத்தை மாசற்றகவிகளின் மீது பாய விடாமல், மருண்ட பாதைக்கு இழுத்துச் சென்றால்தான் என்ன! எதிர்க்கட்சியினருக்கு மட்டமா அல்லவா என்று பார்த்துக் கொண்டால் போதும் என்றெண்ணிவிடும் நயவஞ்சக நாசக்காவலர்கள் நாட்டிலே உலவி வருகிறார்கள்.

பிரச்சாரம்

கம்பனுக்குப் பிறகு எவ்வளவு கவிவாணர்கள் தோன்றினாலும், கம்பனுக்குமுன் பலர் இருந்தபோதிலும், அவர்கள் வெறும் கவிகளாயிருக்கலாம்; ஆனால் கவிச்சக்ரவர்த்தி கம்பன்தான் என்று சிலர் சொல்லுகிறார்கள். கவிதை எவ்வளவு புரட்சிகரமாயிருந்த போதிலும், கவிதை காலத்தைப் படம் பிடித்துக் காட்டும் கருவியாக இருந்த

போதிலும், அவைகளை இயற்றியவர்களைக் கவிச் சக்கரவர்த்தி என்று சொல்லமாட்டார்கள். அவர்கள் போற்றுகின்ற கவியிடம் (நாமக்கல் கவியுடன்) உள்ள கட்சிக் கொள்கைகள் தெரியா. அந்தக் கவியுடன் போட்டியிடக்கூடிய புரட்சிக்கவியிடம் (பாரதிதாசன்) உள்ள காலத்துக்கேற்ற கருத்துக்கள் கட்சிக் கொள்கைகளாகத் தெரியும். உடனே இந்தக் கவியைக் கட்சிக்கவி, கற்பனாசக்தியைக் குறிப்பிட்ட கொள்கைக்காகப் பாழ்படுத்திவிடுகிறவர் என்று பொது மக்களுக்கு அறிமுகப்படுத்திவிடுவார்கள். அறிவிழந்த மக்கள் அதை நம்பிக் கவிதைகளைக் கைவிடுவார்கள்.

காரணம் இல்லாமல் இல்லை

ஏன் புரட்சிக்கவியைப் புத்துலகச் சிற்பியாக மக்கள்முன் கொண்டுவந்து நிறுத்துவதில்லையென்றால், அவருடைய புதுமைக் கருத்துக்களைக் காணும்படி மக்களைத் தூண்டுவதில்லை யென்றால் காரணமில்லாமலில்லை. மக்கள் புரட்சிக் கவியின் உண்மை உருவத்தைப் பார்த்துவிட்டால், அவர்களால் தூக்கி வைக்கப்பட்ட கவிகள் தொப்பென்று கீழே விழுந்து விடுவார்கள். கவிகளுக்கு மதிப்புக் குறையும்; போற்றினவர்கள் பிழைப்பும் கெடும். இளங்கோவைப் பற்றி மக்கள் அறிய ஆரம்பித்துவிட்டால், ‘சிலம்பு’ நாட்டிலே ஒலிக்க ஆரமபித்துவிட்டால், கம்பனுக்கும் கம்ப ராமாயணத்துக்கும் அவ்வளவு மதிப்பு இராது. மேன்செஸ்டர், கிளாஸ்கோ முதலிய இடங்களிலிருந்து மெல்லிய துணிகள் வருகின்றன என்றால், லாங்கிளாத்துக்கு அவ்வளவு கிராக்கி இருக்காது என்பது மட்டுமல்ல; சேலம் ஆறு–ஏழு முழ வேட்டிகளுக்கும் மதிப்பு இருக்காது ஆமதாபாத் புடவைகள் அமோகமாகக் கிடைக்கின்றன என்றால் ஆரணங்குகள் பெங்களூர்ப் புடவையை எப்படி விரும்புவர்? கம்பனைப் பற்றி நான் குறை கூறுவதாக நினைக்கக் கூடாது. உங்களிடமுள்ள குறைகளை நிவர்த்தி செய்து கொள்ள வேண்டும். ஒரு சிலரைப் போற்றுவதன் மூலம்தான் புகழடைய முடியும்; நமது புலமை மிளிரும் என்ற நினைப்பு ஒழிய வேண்டும்.

பாண்டியன் பரிசு

இந்த முறையில் பாரதிதாசனின் பாண்டியன் பரிசு குறையைப் போக்குவதாக இருக்கிறது. பாண்டியன் பரிசு, சங்ககால இலக்கியங்களிலுள்ள உவமைகளையும், அணிகளையும், எளிய நடையில் எல்லோரும் புரிந்து

கொள்ளுமாறு இயற்றப்பட்டிருப்பதைக் காணலாம். பாடலுக்கு லட்சணம் படித்தவுடன் இலேசில் புரிந்து கொள்ளக்கூடாது என்றும், புலமைக்கு லட்சணம் பிறர் கண்டு பயப்பட வேண்டும் என்றும் கருதுகிறார்கள்.

பாரதிதாசனின் காவியத்தைப் பார்க்க, படித்து உணர, இலக்கணம் தேவையில்லை; இலக்கியங்களைப் படித்திருக்க வேண்டுவதில்லை; நிகண்டு தேவையில்லை; பேராசிரியர்கள் உதவி தேவையில்லை. ஆனால் இதைப் புலவர்கள் சிலர் வெறுக்கின்றனர்; மறுக்கின்றனர்! எளிய நடையினை எழுதுவது ஓர் ஆற்றலா என்று; தம்மால் எழுத முடியாவிட்டாலும் ஏளனம் பண்ணுகின்றனர்!

புலவர்களுக்கே பழக்கம்

ஒருவர் எழுதின புத்தகத்திற்கு மறுப்போ, அல்லது அதில் ஏதாவது குறையோ காணாவிட்டால், சில புலவர்களுக்குத் தூக்கமே வராது. திருவிளையாடல் புராணத்திற்கு விளக்கவுரை என்று திரு. கலியாணசுந்தரனாரால் ஒரு புத்தகம் பிரசுரிக்கப்படும். அந்தப் புத்தகம் அச்சில் இருக்கின்ற அதே நேரத்தில் அதே அச்சுக் கூடத்திலேயே திரு.வி.க.வுக்குச் சில கேள்விகள் என்று ஓர் துண்டுப்பிரசுரம் வெளியாகும். ஒருவர் போட்ட புத்தகத்திற்கு இன்னொருவர் மறுப்பு எழுதாவிட்டால் அவருக்கு நிம்மதி ஏற்படாது. காரணம், அவர்களிடம் மூலதனம் குறைவு. ஒருவர் எடுத்து ஆளவேண்டுமென்றிருந்த அணியை, இன்னொருவர் கையாண்டிருப்பார். ஆகவே, எழுதியதில் குற்றங்கள் கண்டுபிடித்து அவரது பிழைப்பையும் கெடுத்துவிடவேண்டும் என்று நினைக்கிறார்கள். அவர்கள் மீதும் குற்றமில்லை! அவர்களிடம் எண்ணற்ற கருத்துக்கள் ஊறுவதில்லை. கடந்த ஐந்து ஆறு ஆண்டுகளாக நானும் பார்க்கிறேன்: பாரதியார், சுந்தரம் பிள்ளையைத் தவிர மேல் நாடுகளில் உள்ளது போலக் கலையைக் காலத்தின் கண்ணாடியாக்குகிறார்களா; அல்லது கலையைக் கடைவீதியில் கொண்டுவந்து நிறுத்துகிறார்களா? அவர்களது பாக்களிலே எழுச்சி இருக்கிறதா? அதனால் நாடு உயர்ச்சியடைய ஏதாவது மார்க்கமுண்டா? என்றால் இல்லை. காரணம். புலவர்களின் பிற்போக்கான நோக்கமே.

நான் ஒரு புலவரைப் பார்த்து, ‘தோழரே! அணுகுண்டு கண்டுபிடித்தது எவ்வளவு ஆச்சரியம்! அதன் அழிவு சக்தியைக் கேட்டீரா?’ என்றால்,

"அது என்னப்பா பெரிது; ஆங்கிலேயனோ அமெரிக்கனோ தான் அழிவு சக்தியை ஏற்படுத்த, அந்த ஆயுதத்தைக் கையிலேந்த வேண்டும். நம் பரமசிவம் நெற்றிக்கண்ணைத் திறந்தால் போதும், கண்ணிலிருந்து நெருப்பு ஜ்வாலைகள் பறக்கும்; எதிரே உள்ள அத்தனை பொருள்களும் சாம்பலாகிவிடும்" என்று பதில் சொல்லுவார். 'அது இருக்க இது ஏன்?' என்ற பிற்போக்கான நோக்கமும், சோம்பேறித்தனமும்தான் காரணம்.

அது இருக்க இது ஏன்?

'அது இருக்க இது ஏன்?' என்று மேல்நாடுகளிலே கருதி இருப்பார்களானால், ஆளில்லா விமானத்திற்குப் பிறகு அணுகுண்டு கண்டுபிடித்திருக்க முடியுமா? தொல்காப்பியம் நமக்கு இருக்கும்போது, நமக்கு வேறென்ன வேண்டும் என்றிருந்தால், அகமும் சிலப்பதிகாரமும் கிடைத்திருக்க வழியுண்டா? சிலப்பதிகாரமே போதுமென்றிருந்தால், கலிங்கத்துப்பரணி கிடைத்திருக்குமா? கலிங்கத்துப் பரணியே போதுமென்றிருந்தால் மனோன்மணீயம் தோன்றியிருக்க முடியுமா? மனோன்மணீயம் போதுமென்றிருந்தால், பாரதியாரின் தேசிய கீதங்களை கேட்டிருக்க முடியுமா! பாரதியாரின் தேசிய கீதங்களே போதுமென்றிருந்தால், தேசிகவிநாயகம் பிள்ளையின் தாயினுமினிய அன்பு குழைத்தூட்டும் பாக்களைப் பார்த்திருக்க முடியாது. தேசிகவிநாயகம் பிள்ளையே போதுமென்றிருந்தால், நாமக்கல்லாரின் "கத்தியின்றிரத்தமின்றி" என்ற புதுமாதிரியான சண்டைத் தத்துவப் பாடலைக் கண்டிருக்க முடியுமா? அதுபோலத்தான் நாமக்கல்லாரே போதுமென்றிருந்தால் 'கொலைவாளினை எடடா! மிகு கொடியோர் செயலறவே' என்னும் பாரதிதாசனின் உணர்ச்சி மிக்க புரட்சிகரமான பாடலைக் கேட்டிருக்க முடியாது.

காலத்தின் சிருஷ்டி கர்த்தா

பாரதிதாசன், மேல்நாட்டுக் கவிகளைப்போல் கலையைக் காலத்தின் கண்ணாடியாக்குகிறார். காலத்தையே சிருஷ்டிக்கிறார் காலத்தையே சிருஷ்டிக்கிறார் என்பதுமாத்திரமல்ல; காலத்தை மாற்றுகிறார்.

காலத்தை மாற்றுகிறார் என்பது மட்டுமல்ல; மாறிய காலத்திற்கு நம்மை அழைத்துச் செல்கிறார் என்பது மாத்திர மல்ல, சமயம் கிடைத்தால் முன்னேயும் பிடித்துத் தள்ளுகிறார்.

தென்றல் வளரும், நிலவு வளரும்; செல்வம் வளரும். அவை போல அவரது கவிதைகளும் வளர வேண்டும்.

பத்துப் பேர்கள்

ஆனால், அவைகள் வளரக்கூடாது என்று ஒரு பத்துப் பேர்கள் – அந்தப் பத்துப் பேர்களுடைய பெயரையும் அரசியல் மேடையாயிருந்தால் குறிப்பிட்டிருப்பேன். இஃது அறிவு மேடையானதால் குறிப்பிடாமல் விடுகிறேன். கங்கணம் கட்டிக் கொண்டிருக்கிறார்கள். அவர்களெல்லோரும், தங்களைத் தவிர வேறு யாரும் சங்க இலக்கியங்களை அறிய முடியாது; அப்படியே அறிந்தாலும் பொது மக்களின் ஆதரவிற்குத் தங்களைத்தவிர வேறுயாரும் அருகதை அற்றவர்கள் என்று கருதுகிறார்கள்.

கையில் ஊமையர்

ஒரு மாதத்திற்கு முன் சங்க இலக்கியங்களில் ஒன்றான குறுந்தொகையில், ஓர் உவமையைப் படித்தேன். இந்தக் காலத்தில் கற்பனை நிலை எவ்வளவு தூரம் கயமைத்தனத்திற்குப் போயிருக் கிறது என்பதை ஊகித்தேன். வித்தியாசத்தைப் பாருங்கள்! இந்தக் காலத்துப் புலவர்கள் எந்தக் கருத்தை ஓர் அந்தாதி மூலமாகவோ, வெண்பா மூலமாகவோ விளக்குவார்களோ, அதைக் குறுந் தொகை ஆசிரியர் ஒரே அடியில் கூறிவிட்டார்; அந்த அடிதான் ‘கையில் ஊமையன்’ என்பதாகும்.

ஒரு தோழன் காதலிலே ஈடுபடுகிறான். உவமையின் நேர்த்தியைப் பாருங்கள்! கட்டுக்கடங்காத காளை; இருந்தாலும் கட்டுப்படுகிறான் இரு கண்களுக்கு மனத்தில் ஏதோ நினைக்கிறான். அதை எதிரேயுள்ள கட்டழகியிடம் சொல்ல முடியவில்லை; எதைப் போல் என்றால் – காலைநேரம். காட்டிலே ஓர் பாறையிலே வெண்ணெய் இருக்கிறது; கையில் ஊமையன் இதற்குக் காவல்; காலைக் கதிரவன் காலையில் எழுந்து தனது இளங்கதிர்களைப் பாய்ச்சுகிறான். வெண்ணெய் உருகுகிறது. வெண்ணெய் உருகுவதைப் பார்க்கிறான். பார்த்ததும் ‘ஐயோ! வெண்ணெய் உருகுகிறதே’ என்று கூறலாம். ஆனால் வாயில்லை. நேரே ஓடிப்போய் எல்லாம் உருகுவதற்குள் எடுக்கலாம்; ஆனால் கையில்லை. கதிரவன் இந்தக் கையில் ஊமையனின் கதியற்ற நிலையை அறியான். அவன் அவனது வேலையைச் செய்கிறான். அவன் பிரபஞ்சத்திற்கும் சொந்தம். காவலாளிக்குக் கையில்லை, வாய் ஊமையே தவிர கண்

மாத்திரமிருக்கிறது இந்தக் கோரக் காட்சியைக் காண. அதைப் போலவே கண்மாத்திரம் இருக்கிறது கட்டழகியைக் காண. ஆனால் சுயமரியாதை இல்லாததாலோ, சுதந்திர உணர்ச்சி இல்லாததாலோ கையில்லை (கையில் துணிவில்லை) அவளது கரத்தைப் பிடிக்க. அந்த வடிவழகியைக் கண்டு ஏதோ பேச வேண்டுமென்று நினைக்கிறான். ஆனால் சமுதாயக் கட்டுப்பாடுகள் அவனது வாயை மூடிவிட்டன. எவ்வளவு அருமையாக ஒருவன் ஒருத்தியைச் சமுதாயக் கட்டுப்பாடுகளால் தொடமுடியாமல் கஷ்டப்படுகிறான் என்பதை ஒரு சிறு அடியில் விளக்குகிறார், “கையிலூமன் வெண்ணெய் உருகாது பாதுகாத்தாற் போன்று” என்று.

மறக்கலாம், ஆனால் மறைக்க முடியாது

சங்க இலக்கியங்களின் இன்பங்களைச் சொல்லிக் கொண்டிருந்தால், இன்று முழுவதுஞ் சொல்லிக் கொண்டிருக்கலாம். சங்க இலக்கிய நுட்பத்தை அனுபவிக்கவேண்டிய இடங்களை, நமக்கு ஏற்ற எளிய முறையில் அளிப்பது என்றால், அந்தத் துறையில் பாரதிதாசன் நாட்டுக்கும் நமக்கும் செய்துள்ள தொண்டினை மறந்தாலும் மறக்கலாம்; ஆனால் மறைக்க முடியாது. பாரதிதாசன் தரும் இலக்கியச் சுவையை அனுபவிக்க இலக்கணம் கற்றிருக்க வேண்டியதில்லை. பாரதிதாசன் பாக்களைப் படித்தவுடன் அவை நமது இரத்தத்தோடு இரத்தமாகக் கலக்கின்றன; உணர்ச்சி நரம்புகளிலே ஊறுகிறது; சுவைத்தால் ருசிக்கிறது; படிக்கிறோம்; பாரதிதாசன் ஆகிறோம், படிக்கிறோம்; நாமும் பாடலாமா என்று நினைக்கிறோம். படிக்கிறோம்; தமிழ் எங்கள் உயிருக்கு நேர் என்கிறோம். ஆனால், சில புலவர்கள் அதிலே இலக்கண அமைப்பு இல்லை; எனலாம். அஃது அவர்களது ஓய்வுநேர வேலையாக இருக்கட்டும்.

காரியத்திலே ஈடுபடுகிற நாம், ஓட்டைச் சட்டியா யிருந்தாலும் கொழுக்கட்டை வெந்தால் சரி என்று கருதுகிறோம். கவைக்குதவுமா. கற்க நிகண்டு தேவையில்லையே. பாட்டிலே ஏதாவது எளிமையுடன் இனிமை மாத்திரம் கலந்துவிடாமல் எழுச்சியும் கலந்திருக்கிறதா, புரிகிறதா, புரிந்து பயனடையலாமா என்று பார்க்கிறோம். நாம்தான் பெரும்பான்மை, அவர்கள் குறைந்த எண்ணிக்கை என்று சொல்லி ஓரிடத்தில் கூறுவது போலப் பாட்டைப் படித்தவுடன் புரிந்துகொள்ளும்படியாக இருக்க வேண்டும்

என்பவர்களின் எண்ணிக்கைதான் அதிகம்; கடின நடையிலே கவிதைகளை விரும்புபவர்கள் எண் கொஞ்சந்தான், அவர்கள் பாரதிதாசனின் பாக்கள் எந்தச் சின்னங்கள் மட்டமானவை என்று தேடித் திரிபவர்கள். நாம்தான் சுவையை அப்படியே அனுபவிப்பவர்கள். பயனடைகிறோம்; காரணம் எளிய இனிய நடை. இதுவரை அவரது நடையைப் பற்றிச் சொன்னேன். அவர் எடுத்துக்கொள்ளும் பொருள் என்றால், அவர் கொடுக்கும் தலையங்கங்களென்றால், அவை புரட்சிகரமாயிருக்கும்; புதுமையாயிருக்கும்.

இரண்டு நாக்குகள்

ஒரு காலத்திலே, தமிழகத்திலே சாலைகளையும், சோலைகளையும் கண்டு களித்துச் சந்தனக் காடுகளிலே, சந்தம் அமைத்துப் பண் பாடினார்கள். பிற்காலத்திலே, அதாவது இடைக்காலத்திலே, வாழ்வு இந்த லோகம் அந்த லோகமாகப் பிரிந்தது. பேரம்பலம், சிற்றம்பலம் என்பது போல. மாயா வாழ்வு மனித வாழ்வு என்று ஏற்பட்டது. இடைக்காலப் புலவர்களின் உள்ளங்களிலே ஒரே நேரத்தில் இரண்டு மாறுபட்ட காட்சிகள் தோன்றி மறைந்தன. ஒரே உதட்டில் இரண்டு நாக்குகள் புரண்டன. குன்றைப் பற்றிப் பாடுகின்ற நேரத்திலே, அந்த லோகம், அந்த வாழ்வு என்ற எண்ணங்கள் தோன்ற, அந்தக் குன்று முருகனுடைய தோளாகவும், அதுவும் வள்ளியிடம் கொஞ்சிய தோளாகவும் காட்சியளித்ததே தவிர, மலைச்சாரலிலே வளைந்து ஓடும் ஆறு; கரடு முரடான பாதை; அவைகளைத் தாண்டி மலைமீதிருந்து கீழே பார்த்தால் காடு தெரியும் காட்சி; காடுகளில் சிறுத்தையும், புலியும் உலவும் காட்சி: அங்கு வேடுவரும் வில்லியரும் ஆடுகிற வேட்டை; ஆகிய இயற்கை எழில், அந்த விநாடி தோன்றவில்லை.

கற்பனைக் கொலை

இன்று நாடக மேடைகளில் நடக்கிற வள்ளித் திருமணத்திற்கும், அதிலிருந்துதான் இது கற்பனையானதோ என்று எண்ணும்படியான ஓர் இயற்கை நிகழ்ச்சி; சங்க இலக்கியத்தில் வர்ணிக்கப்படுவதற்கும் உள்ள வித்தியாசத்தைப் பாருங்கள்; பண்டைக் காலப் புலவர்களின் கள்ளங் கபடமற்ற உள்ளத்தையும், இடைக்காலத்திலே இரட்டை வாழ்க்கையினிடையே புராண மெத்தையில் புரண்ட புலவர்களின் உள்ளத்தையும் இந்தச் சிறு படப்பிடிப்பு தெளிவாக்கும் என நம்புகிறேன். ஓர் தலைமகன் காட்டுக்கு

வேட்டையாடச் செல்கிறான். தன் வேல் தைத்த யானை எப்பக்கம் ஓடிவிட்டது என்று தேடிக்கொண்டு வந்தவன் முன் ஓர் ஆரணங்கு எதிர்ப்படுகிறாள்; நல்ல அழகி; பக்கத்திலே பளிங்கு நீரோடை. கட்டழகன் அந்த மங்கையை மணந்து கொள்ள இச்சைப்படுகிறான். மணந்து கொள்வதென்றால் இந்தக் காலத்தைப்போலப் பொருத்தம் பார்க்க ஐயரைத் தேடுவது தேவையில்லாதிருந்த காலம் அது. காதலர் இருவரும் கண்களாற் பேசினார்கள். வாய் அச்சுப் பதுமை போலிருந்தபோதிலும் அருகே சென்றான். வஞ்சி அஞ்சினாள் அஞ்சாதே அஞ்சுகமே என்றான். ஆனால், சற்று நேரத்தில் ஓர் அலறல் கேட்கிறது. அது என்னவென்று கேட்கிறாள், அந்த ஏந்திழையாள். அது என் வேல் வலிக்குத் தாங்க முடியாமல் பிளிறும் யானையின் குரல் என்றான், பாவைக்கு யானை என்றால் பயம் போலிருக்கிறது. 'ஐயோ, யானையா! அச்சமாயிருக்கிற'தென்றாள். 'அச்சமானால் அருகே வா', என்றான். வந்தாள்; அணைத்துக் கொண்டான்!! திருமணம் முற்றிற்று!!!

இந்த ஒரு சம்பவத்தைப் பிற்காலத்தில் வள்ளி கதையாக்கி, அந்த வீரனை வேலனாக்கி, கிழவனாக்கி, தேனும் தினைமாவும் கேட்டான் என்று சொல்லி, வளையற்காரனாக்கி விட்டார்கள். வைதீகத்தைப் புகுத்தி, மூடநம்பிக்கையை வளர்க்கும் பகுத்தறிவிற்கொவ்வாத ஏடுகள் இருக்குமானால் அவை குற்றம் என்று கருதப்பட்ட காலம். இதனால் அந்தக் காலத்திற்குத் தகுந்தாற் போல் அப்போது கவிதைகள் எழுந்தன. இடைக்காலத்திற்குத் தகுந்தாற்போல், இன்றைய வள்ளிகதை போன்றவைகள் இயற்றப்பட்டன. காலத்திற்கேற்றவாறுதான் கவிதைகள் இயற்றியிருக்கிறார்கள் என்றால் காலம் என்னும் சிறையிலிருந்து தன்னை விடுதலை செய்து கொள்ளாதவன் சிறந்த கவியாகமாட்டான். அவன் கோர்ட்டுகளில் உள்ளவர்களைப்போல', ஒரு காலத்தில் நடந்த நிகழ்ச்சிகளைத் தொகுத்து வைக்கும் ரிகார்டு பேர்வழி. அவன் அழகாக நெல்மணிகளைச் சேகரித்து மிராசுதாருக்குக் கொடுக்கும் பண்ணையாள். அவன் சிறந்த கவியாகமாட்டான் சிருஷ்டி கர்த்தாவாக மாட்டான். எக்காலத்திலும் ஜீவித்திருக்கும் உயிர்க்கவியாக மாட்டான்.

காலமெனும் சிறை

இடைக்காலக் கவிகளும் அதற்குப் பின்னால் ஏற்பட்ட அநேக கவிகளும். காலமென்னும் சிறையிலே தங்களைத்

தாங்களே ஒப்படைத்து விட்டார்கள். அவர்கள் அதினின்றும் வரமுயன்றால், அதைச் சுற்றி மதமெனும் மண்டபச் சுவரை ஏறிக் குதிக்க வேண்டும். ஆதலால்தான் அந்தக் கவிகளுக்கு, ஆண்டவனின் அவதார லீலைகளைப் பற்றியும், கைலைக்கும் திருப்பதிக்குமுள்ள தொடர்பைப் பற்றியும், தேவாதி தேவர்களைப் பற்றியும், தேவாதி தேவன் கௌதமர் ஆசிரமத்திலே செய்த ஆபாசத்தைப் பற்றியும் எழுத எண்ணம் பிறந்ததே ஒழியக், காடுகளைப் பற்றியோ, மாடுகளைப் பற்றியோ, மலைகளைப் பற்றியோ கவிதைகள் செய்யவில்லை. செய்யவில்லையா? அடாது! காலைக் கதிரவனைப் பற்றியும் மாலை மதியத்தைப் பற்றியும் பாட்டுக்களில்லையா? இதோ பாரு என்று சொல்லலாம்; இருக்கின்றன. ஆனால் வைதிகமெனும் குறுக்குச் சங்கிலியுடனே பிணைக்கப்பட்டிருக்கின்றன. கவிதா ரசத்துடனேயே அவை கல்லூரி மாணவர்களின் நெஞ்சில் நஞ்சைப் பாய்ச்சுகின்றன.

அதனால்தான் நமது புரட்சிக்கவி அந்த இரண்டையும் வெட்டு என்கிறார்; கூரில்லாத வாளைக் கூராக்கு என்கிறார். படி இல்லாத குளத்திற்குப் படி கட்டு என்கிறார். குன்று இல்லாத இடத்திலே செய்குன்றாவது செய் என்கிறார். குள்ள உள்ளத்தைக் கொலை செய் என்கிறார். கூனாதே, நிமிர்ந்து நட என்கிறார். மேகத்திலிருந்து நிலவொளி வெளியே வரட்டும் என்கிறார். அந்த லோகத்தைப் பற்றிப் பாடாதே; இந்த லோகத்தைப் பற்றிப் பாடு என்கிறார். நாம் வாழும் இந்த இடத்தைப் பாடு என்கிறார். காலத்துக்கு அடிமையாகாதே என்கிறார்; இலக்கணக் கட்டுப்பாட்டுக்கு பயப்படாமல் பாடு என்கிறார். அதனால்தான் அவரைப் "புரட்சிக் கவி" என்று அழைக்கிறோம்; உயிர்க்கவி உண்மைக்கவி என அழைக்கிறோம்.

புரட்சிப் புதுமை

புரட்சிக்கவி என்றுதான் அழைக்கிறோமே ஒழிய, புரட்சியில் முதற்கவி என்றழைக்கவில்லை. அவர் இந்த லோகத்தைப் பற்றி இவ்வளவு புரட்சிகரமாகப் பாடுவதற்குக் காரணம் அவர் வாழும் புதுவை ஆகும். புதுவையானது பிரான்சு நாட்டைச் சேர்ந்தது. பிரான்சு சுதந்திரத்தின் பிறப்பிடம். நாம் எல்லாம் ராஜாதி ராஜர்களைப் போற்றிய நேரத்தில், அங்கு அரசர்களைச் சிறையில் அடைத்த காலம். அரண்மனைகளை ஆசிரமங்களாக அநியாயக் கோட்டைகளாக ஆக்கிய நேரத்திலெல்லாம் அங்குப் பாஸ்டிலி உடைக்கப்பட்ட நேரம். ஆண்டான் அடிமை என்ற வார்த்தைகள் இங்கு உலவிய நேரத்திலெல்லாம் அங்குச்

ஏ தாழ்ந்த தமிழகமே

சுதந்திரம், விடுதலை என்ற கோஷங்கள் வானைக் கிழித்த நேரம். அந்தப் பிரான்சின் சாயல். அந்தப் பிரான்சின் தென்றல் அவர் வசிக்கும் புதுவையில் வீசுவதால்தான் அவர் கொடுக்கும் தலைப்புக்கள் புரட்சிகரமானதாக – புத்துலக கருத்துக்களைக் கொண்டிலங்குவதாக இருக்கின்றன.

யாருக்குத் தெரியும்?

பல கவிகளுக்கு, அவர்கள் பாடுகிற பாட்டுக்களைப்பற்றி அவர்களுக்கே தெரியாது. ஆனைமுகனைப் பற்றி அழகாகப் பாடுவார்கள்; துதிக்கையைப் பார்த்ததுண்டா? அதன் அகல நீளமென்னவென்றால் தெரியாது. ஊர்வசியும் ரம்பையும் சிறந்த நாட்டியக்காரிகள்; அவர்களிருப்பது தெய்வலோகம் என்றால், கேள்வி ஞானமே ஒழிய அனுபவமேது? பத்துத்தலை ராவணனைப்பற்றிப் பாடுகிறார்களென்றால், இராவணனைப் பார்த்ததேது? பரமசிவன் பார்வதியுடன் ரிஷபவாகன ரூபராய்த் திடீர் திடீரெனத் தோன்றி மறைகிறார் என்றால், என்றாவது கண்டதுண்டா? படித்ததை எழுதுகிறார், கேட்டதை ஒப்புவிக்கிறார். அதாவது ஒருவர் கேள்விப்பட்டு எழுதுவார். சொல்லுவார் சொன்னதைக் கேட்டவர் அதையே எழுதுவார். இது பரம்பரை என்பதே தவிர கண்டதை – பார்ப்பதை அனுபவப் பூர்வமாக எழுதுகிறார்கள் என்பதற்கில்லை.

சிந்தனை சொல்லிற்று

பாரதிதாசன் மாத்திரம்தான், தாம் கண்டதை எழுதுகிறார்; பார்த்ததை எழுதுகிறார், புரியாத விஷயங்கள் தெரியாத விஷயங்கள் ஜோலிக்கே போகமாட்டார்; காணாத கடவுளைப் பற்றி எழுதமாட்டார்; இன்று இல்லாவிட்டாலும் நாளை பரிகாசத்திற்கு இடமாகும் என்று நான் வேதாந்தத்தைப் பற்றிப் பேசினால் வேடிக்கையாயிருக்கும்; சங்கராச்சாரி பொருளாதாரத்தைப் பற்றிப் பேசினால் வேடிக்கையாயிருக்கும். மானையும் மடந்தையையும் பற்றிப் பாடவேண்டிய புலவர்கள், ஆறுமுகத்தைப் பற்றியும், ஆறுமுகத்தில் எந்த முகம் வள்ளிக்கு முத்தம் கொடுத்த சொந்த முகம் என்பதைப் பற்றியும், பரமசிவத்தின் வேலாயுதத்தைப்பற்றியும், அந்த வேல் மொட்டையாயிருந்தால், மேருமலையின் எந்தப் பாகம் தீட்ட உபயோகப்படும் என்பதைப் பற்றியும் பாடினால் வேடிக்கையாயிருக்கும் என்பது மட்டுமல்ல; ஏதோ ஒரு புலவர் கஞ்சாப் புகையில் கப்சா அடிக்கிறார் என்றுதானே நினைக்க நேரிடும்?

பண்டிதர்களின் பரம்பரையிலே, பாரதிதாசனும் கொஞ்ச நாள் இருந்தார். கவி பாடினார்; மற்றவர்களைப் போல. மயிலையும் முருகனையும் பற்றிப் பாட்டுக்கள் பாடினார். வள்ளியைப் பற்றி லாலிகள் பாடினார். அவரது பாக்களும் வெள்ளிக்கிழமை விளக்கு ஏற்றி வைத்த நேரத்தில், மஞ்சள் பெட்டியில் வைத்துப் பூசிக்கப்பட்டன. இதைப் பார்த்தார் நம் கவிஞர். நாம் இவ்வளவு நாட்களாகப் புளுகி விட்டோமே; எவ்வளவு மக்களை மருளுக்கு அழைத்துச் சென்றிருக்கிறோம்; அவர்களுக்கு உண்மையை உரைக்கவில்லையே; நாம் அகப்பட்டுக் கொண்டோமே; நெற்றிக்கண் பரமசிவத்தைப் பாடிவிட்டு, பிறகு ஓர் பகுத்தறிவுவாதி; 'நீ பரமசிவத்தைப் பார்த்தாயா?' என்று கேட்டால் என்ன சொல்வது என்று சிந்தித்தார். அந்தச் சிந்தனை அவருக்குச் சொன்னது, 'உனக்குக் கவிதைபாடக் கயிலாயம்தானா தேவை? கடவுள்தானா வேண்டும்? சுனையைப் பற்றிப் பாடு; பாறையைப் பற்றிப் பாடு; தென்றலைப் பற்றிப் பாடு; நீலவானைப் பற்றிப் பாடு; கோலவிழியைப் பற்றிப் பாடு; முழுநிலவைப் பற்றிப் பாடு; கூர்வாளைப் பற்றிப் பாடு; வீரனின் தோளைப் பற்றிப் பாடு; வட்டத் தாமரையைப் பற்றிப் பாடு; அவை உன் பேனாமுனையின் கட்டளைக்குக் காத்துக் கிடக்கின்றன' என்று. இதை 'ஏடெடுத்தேன் கவி ஒன்று வரைந்திட' என்னும் அவரது கவிதையிலே பார்க்கலாம். அது அவரது கவிதை மட்டுமல்ல; அவரது சுய சரித்திரமுமாகும்.

அவர் செய்தது

நம்பத் தகாதவைகளை நம்புவதா? நம்பும்படி நாட்டு மக்களை நிர்ப்பந்திப்பதா? இதைவிட நயவஞ்சகர் செயல் வேறொன்றுமில்லை. அந்த லோகமே வேண்டாமென்று இந்த லோகத்துக்கு வந்தார். வந்து கடவுள் முதற்கொண்டு கர்ப்பத்தடை வரைக்கும், காதலிலிருந்து விதவை மறுமணம் வரைக்கும், சுண்ணாம்பு இடிக்கிற பெண்ணின் பாட்டிலிருந்து ஆலைச்சங்கு நாதம் வரைக்கும், அன்றாட வாழ்க்கைக்கு அவசியமானதை, காணப்படுவதை, கண்டுகளிப்பதை, நாம் பாடவேண்டுமென்றிருந்ததைப் பாடினார். பாடுகிறார் நாம் பார்ப்போம்! இந்தக் கட்டழகியின் கண்ணீருக்காவது ஒரு பாட்டுப்பாட வேண்டும் என்று நினைப்போம். ஆனால் பாட முடியாது அதை பாரதிதாசன் பாடுவார். நமது வேலையை அவர் செய்து தருகிறார்.

நாம் விதவைகளைப் பார்க்கிறோம்; அவர்கள் பூவணியாத கோலத்தைப் பார்க்கிறோம்; அவர்கள் கன்னத்தில் வழிந்து காய்ந்துபோன நீரைப் பார்க்கிறோம்; தேம்புதலைக் கேட்கிறோம். மமதையாளர்கள் அவர்களுக்கு மணவாளர்களும் தேவையா என்று சொல்லுவதைக் கேட்கிறோம். அதே மமதையாளர்கள், மாளவேண்டிய வயதில் காமரசம் பருகுவதற்காகக் கன்னிகைகளைத் தேடுவதைப் பார்க்கிறோம்; தாத்தாவுக்கு வாழ்க்கைப்பட்ட பெண் தாழ்வாரத்திலே தனியே புரள்வதைப் பார்க்கிறோம். அவளது கண்ணீர் தலையணையை நனைத்துக் கொண்டிருப்பதையும் பார்க்கிறோம்; பார்த்துக் கருத்தை வெளியிடக் கவிதைகள் காட்டலாமா என்று நினைக்கிறோம். ஆனால் முடியவில்லை. கவிஞர் பாரதிதாசன் அதைக் கவிதையால் பாடுகிறார். பாடி, 'இதைத்தானே தம்பி நீ பாட வேண்டுமென்று நினைத்தாய்?' என்று காட்டுகிறார். நாம் கண்டு மகிழ்ச்சியடைகிறோம். அவர் கவிதைகளிலே, அந்த லோகத்தைப் பற்றியோ, அந்த வாழ்வைப் பற்றியோ இருக்காது.

காதற்ற ஊசி

பட்டினத்தடிகள் காலத்திலிருந்துதான் மாய வாழ்வைப் பற்றி மக்கள் அதிகம் நினைக்க ஆரம்பித்தனர். 'காதற்ற ஊசியும் வாராதுகாண் கடைவழிக்கே' என்ற மாயா வாழ்க்கைத் தத்துவம் இன்றும் உலவுகிறது. நாடகங்களிலே நீங்கள் இதைப் பார்த்திருக்கலாம். அங்கிருந்து 'அரசன் வருவான். அரசனைப் பார்த்து ஒருவன் கேட்பான்; 'இந்த அரண்மனை யாருக்குச் சொந்தம்? இந்த நந்தவனம் யாருக்குச் சொந்தம்? இரும்புப் பெட்டி யாருக்குச் சொந்தம்? இரும்புப் பெட்டியிலுள்ள இருபது லட்சம் யாருக்குச் சொந்தம்?' என்று அரசன், 'யாருக்கும் சொந்தமல்ல' என்று சொல்லுவான். உண்மையிலே அவன் இறந்த பிறகு அதை அவன் மகன் அனுபவிப்பான்; மகனில்லாவிட்டால் மருமகன் அனுபவிப்பான்; மருமகன் இல்லாவிட்டால் அவனது வாரிசுகளில் ஒருவன் அனுபவிப்பான். வாரிசுமில்லாவிட்டால் தர்மகர்த்தாக்கள் அனுபவிப்பார்கள். தர்மகர்த்தாக்கள் இல்லாவிட்டால், நிரந்தர தர்மகர்த்தர்களாகிய நமது சர்க்கார் அனுபவிப்பார்கள். இதை மக்கள் உணருவதில்லை. உணர அவர்கள் மனம் இடம் கொடுக்காது.

அந்த 'மாயம்' எந்த அளவிற்கு மயக்கத்தை மக்களிடையே உண்டாக்கிற்று என்றால், நாற்பது வயது ஆளைப்

பார்த்து, 'என்ன, சௌக்கியமாயிருக்கிறீர்களா?' என்றால், சௌக்கியமாயிருக்கிறேன்; இல்லை; என்று மேல் ஸ்தாயி இரங்கிக் கீழ் ஸ்தாயியிலே சொல்லுவான். அப்படிச் சொல்வதிலே சுரங் குறைந்திருக்குமென்பதோடு மட்டுமல்ல; பேச்சுடன் பெருமூச்சும் கலந்து வரும். அந்தக் கலப்பு கேட்டவனுக்கே பயமும் கவலையையும் உண்டாக்கிவிடும். நல்லாயிருக்கிறேன் என்று சொன்னால் என்ன? மேல் நாடுகளிலே ஆங்கிலத்திலே ஹௌ டு யு டு என்றால் உடனே ஓ.கே. (நன்றாயிருக்கிறேன்) என்று சொல்லுவார்கள். அதனால்தான் அவர்கள் வாழ்கிறார்கள். நாம் ஏதோ இருக்கிறோம்; பத்து வயதிலே பரதேசியாகி, பரலோகத்தைப் பற்றி, மாயத்தைப் பற்றி, 'காயமே இது பொய்யடா, வெறும் காற்றடைத்த பையடா' என்று பாடுகிறோம். இந்த வாழ்வு எத்தனை நாளைக்கு சார்! எல்லாம் மாயவாழ்வு; இது சதம் என்றா கருதுகிறீர்கள் என்று உண்மையிலேயே, தெரிந்தோ தெரியாமலோ எண்ணுகிறவர்கள், ஏட்டிலே தீட்டுகிறவர்கள், நம்மவரில் அநேகம் பேர் இருக்கின்றனர்.

அழைத்தால்

'சிவனே, அப்பா, உனது பாதாரவிந்தம் எப்போது கிடைக்கும்' என்று சிலைக்கு முன் கதறுகிற ஒரு சைவரிடம், ஒருவேளை பரமசிவன் போல் யாராவது முன்னால் வந்து, 'பக்தா பயப்படாதே, எழுந்திரு! உனது சிவநேசத்தைக் கண்டு உள்ளம் பூரித்தேன். இன்று முதல் நீ என்னுடன் இரண்டறக் கலந்து கொள்ளலாம் வா!' என்று அழைத்தால் போவதற்கு அவர் தயாராயிருப்பாரா? கேட்கிறேன். என்ன சொல்லுவார் அப்போது? 'பிரபோ! தாங்கள் காட்சியளித்தது போதும்' என்பார். 'அப்பொழுதுதான் பரீட்சை எழுதிக் கொண்டிருக்கும் தன் மகன், பி.எல். முதல் வகுப்பிலே பாசாக வேண்டாமா என நினைப்பார். தன் ஒரே மகளுக்கு நல்ல இடத்தில் மணம் முடித்துவைக்க வேண்டுமே என்று நினைப்பார். போன வருடம் பாங்கியிலே போட்ட 9 ஆயிரம் ரூபாய் எப்போது 10 ஆயிரமாக ஆகும் என்று எண்ணுவார். ஈசனைப் பற்றிய எண்ணம் தோன்றாது. உண்மையிலேயே அவர்கள் பக்தியில் அர்த்தமிருக்கிறதா? மாய வாழ்க்கைப் பேச்சில் நிஜம் இருக்குமா என்றால் இல்லை. இவைகளெல்லாம் மக்களை மயக்கி, அவர்கள் உழைப்பிலே வாழ்வதற்காக நயவஞ்சகர்களால் வகுக்கப்பட்ட சூழ்ச்சியான வழிகள். மக்கள், இதை நம்பி இந்த வழியிலே போய்த் தடுமாறுகிறார்கள்.

புரட்சி மனப்பான்மையைத் தீய்த்தவைகள்

விழுப்புரம் ஜங்ஷனிலிருந்து கொண்டு பாண்டிக்குப் போகிறவன் வழிபார்ப்பது போலவும், திருச்சி ஜங்ஷனிலுள்ளவன் மதராசுக்குப் போவதற்கு விழிப்பது போலவும், மக்கள் பிறந்தவுடனே அண்ணாந்து மேலே பார்த்துக்கொண்டு, 'அப்பா, இதைவிட்டு எப்போது அந்த லோகத்திற்கு வருவேன்' என்று, இந்த லோகத்தை ஒரு ஜங்ஷனாக்கி விட்டார்கள். சமணர்கள் காலத்தில் நிலையாமைத் தத்துவம் கொஞ்சம் வளர ஆரம்பித்தது. மணிமேகலையில் ஓர் இடத்தில் யாக்கை நிலையாமை பற்றி ஆசிரியர், சுதமதியின் வாயின் மூலம் கூறியிருக்கிறார். சுதமதி, மணிமேகலையின் தோழி. மலர்வனத்திலே மணிமேகலையைக் கண்ட அரசகுமாரன் (உதயகுமாரன்) 'மானே! மயிலே! மரகதமே!' என்று கூறுகின்றான். கூறிக்கொண்டே கிட்டவருகிறான். அப்போது சுதமதி கூறுகிறாள்.

"வினையில் வந்தது; வினைக்கு விளையாவது;
புனைவது நீங்கிற் புலால் பறத்திடுவது;
மூப்புவிளி வுடையது; தீப்பிணி யிருக்கை;
பற்றின் பற்றிடங் குற்றக் கொள்கலம்
மக்கள் யாக்கை இதுவென உணர்ந்து" (மணிமேகலை)

"மானே என்கிறீரே, அங்கே என்ன இருக்கின்றது? தோல், தோலைப் பிய்த்தால் நார்; நாரைப் பிய்த்தால் நரம்பு, நரம்பைப் பிய்த்தால் இரத்தம், சீழ்; இவற்றிலா காமரசம் பருகலாமென்று வந்தீர்?" என்று யாக்கை நிலையாமையைப் பற்றிக் கூறுகிறாள். காமவேகத்தை அடக்குவதற்காகச் சுதமதி அரசகுமாரனிடம் யாக்கை நிலையாமையைப் பற்றிக் கூறினது போல, மக்களின் மனோவேகத்தை அடக்க மாயா வாழ்வைப் புகுத்தினார்கள் சில நயவஞ்சகர்கள், எத்தர்கள். நல்லவர்களைப் போல் நடித்தார்கள் ஏமாளிகள். இந்த லோகத்தில் கஷ்டப்படாமல், அந்த லோகத்தில் சுகம் கிடைக்கும்; இந்த லோகத்தில் நடக்கிற அநியாயங்களுக்கு அந்த லோகத்தில் நீதி கிடைக்கும் என்றெண்ணி, எவ்வளவோ கொடுமைகளை எவர் இழைத்தாலும் அது எம்பெருமான் இட்ட கட்டளை என்று சொல்லவும் முடியாமல். விழுங்காமல் அனுபவித்தார்கள். அனுபவிக்கிறார்கள். மாயா வாழ்வு, விதி, அந்த லோகம் என்பவைகளெல்லாம் புரட்சி மனப்பான்மையைத் தீய்த்து விட்டன.

வேறு நாடாயிருந்தால்?

இல்லாவிட்டால், 150 ஆண்டுகளாக இவ்வளவு பெரிய நாடு, பரந்ததொரு விஸ்தீரணத்தைக் கொண்ட நாடு, பலப் பல புராணப் பெருமைகளைக் கொண்ட நாடு அந்நியனுடைய ஆட்சியிலே இருந்ததாகக் கேள்விப்பட்டிருக்கிறீர்களா? அல்லது பார்த்திருக்கிறீர்களா? மேல்நாடுகளில் 25 ஆண்டுகளுக்கு ஒரு தடவை புரட்சி என்று படிப்போம். கலையிலே புரட்சி; மதத்திலே புரட்சி; நடையுடை பாவனையிலே புரட்சி; பொருளாதாரத்தில் புரட்சி; எல்லாவற்றிலும் எங்கும் புரட்சி என்று படிப்போம். இங்கு ஏதாவது புரட்சி உண்டா? என்றால் இல்லை. (இன்று இல்லாவிட்டால் நாளை யாவது ஏற்படுமா?)

வங்கத்திலே பஞ்சம் ஏற்பட்டது. பட்டினியால் பல லட்சம் பேர் பிணமாயினர். அந்தப் பிணத்தை நாயும் நரியும் இழுத்தன என்ற இந்தக் காட்சி – என்ற இந்த நிலை மேல் நாடுகளிலே, வேறு நாடுகளிலே மட்டும் ஏற்பட்டிருந்தால் என்ன நடந்திருக்கும்? அப்பொழுதே புரட்சி நடந்திருக்கும். ஆனால் துர்ப்பாக்கியமான இந்நாட்டிலே அது கிடையாது. ஏன் ஏற்படவில்லை? ஆங்கிலேயனுடைய ஆயுதங்களுக்கு அஞ்சியா; இல்லை. புரட்சி மனப்பான்மையையே நமது கவிதைகளும், காவியங்களும் அடக்கி விடுகின்றன; ஆதலால்தான்.

இருந்தால் என்ன? இறந்தால் என்ன?

அதனால்தான் நமது கவி பாரதிதாசன் இந்த லோகத்தைப் பற்றிப் பாடுகிறார். இந்த லோகத்தில் நீ பிறந்தது வாழ; வாழ என்றால் நிம்மதியுடன் வாழ; பிறரைச் சுரண்டாமல் வாழ; பிறரை வஞ்சித்தால் தான் வாழலாம் என்ற எண்ணமில்லாமல் வாழ; சுதந்திரமாய் வாழு என்கிறார். உருதிலே சிறந்த கவியான இக்பால் என்பவர் வாழ்க்கையைப் பற்றிக் குறிப்பிடும் போது, அச்சமற்ற வாழ்க்கை தேவை என்றார். அச்சமற்ற வாழ்க்கை என்றால் அந்நியருக்கு அச்சமற்ற வாழ்க்கை; அறியாமைக்கு அச்சமற்ற வாழ்க்கை; சமுதாயக் கட்டுப்பாடுகளுக்கு அச்சமற்ற வாழ்க்கை. அந்த அச்சமற்ற வாழ்க்கையைத்தான் தமிழன் நடத்த வேண்டும். அதற்கு இடையூறாக எந்தக் கட்டுப்பாடுகள் வந்தபோதிலும், தூள் தூளாக்க வேண்டும். இதைத் 'தாயின் மேலாணை, தமிழக மேலாணை, தூய என் தமிழ்மேல் ஆணையிட்டே நான் தோழரே உரைக்கின்றேன்' என்று அவர் பாட்டில் கூறுகிறார். அவர் கவிதைகளிலே இந்த லோகத்தைப்

பற்றி, இந்த வாழ்வைப் பற்றி, வாழ்கின்ற முறையைப் பற்றித்தான் இருக்கும். இதுதான் தேவை.

அவன் ஏன் ஏழை? பூர்வ ஜென்மத்தில் செய்த பாவம். அவன் ஏன் பணக்காரனாயிருக்கிறான்? அவன் செய்த புண்ணியம்.

அவன் ஏன் தூங்காமலும் வேலை செய்து கொண்டே இருக்கிறான்; இவன் ஏன் கவலையில்லாமல் தூங்குகிறான்? அவாளவாள் பூர்வ ஜென்ம பலன். தாழ்ந்த ஜாதி என்ற ஒன்று ஏன் இருக்க வேண்டும்? உயர்ந்த ஜாதி இருக்கிறபொழுது தாழ்ந்த ஜாதி இருந்துதானே ஆகும் என்ற வேதாந்தங்களையும் – பிறந்தோம்; பரமன் இட்ட கட்டளையை அனுபவித்துத்தானே தீர வேண்டும் என்ற கோழை உள்ளங்களையுமே வளர்ப்பவைகள் எந்த உருவத்தில் இருந்தால என்ன? கலையாயிருந்தால் என்ன? காவியமாயிருந்தால் என்ன? எழுசீர் அடியாயிருந்தால் என்ன? அந்தாதியாயிருந்தாலென்ன? அகவலாயிருந்தால் என்ன? இவைகள் இருந்தால் என்ன? இறந்தால் என்ன? பிற்காலத்திற்கு தேவையில்லை. தேவையில்லை என்று சொல்லுபவர்களைக் கலையின் விரோதிகள், கலை நிலை உணரா மக்கள் என்றும், தங்களையும் ஆதரிக்க ஒரு பத்துப் பேர்கள் இருக்கிறார்கள் என்ற துணிச்சலால் சிலர் சிந்தனையின்றி நிந்திக்கலாம். ஆனால், அவர்களெல்லோரும் வருங்கால மக்களின் கண்டனத்துக் குரியவர்கள்.

ஏன் சொல்லுகிறேன்

மீனாட்சி சுந்தரனார்களும், சிதம்பரநாதனார்களும் புத்தம் புதுக் கவிதைகளை – காவியங்களை இயற்றித் தரத்தானே இருக்கிறார்கள். சேரன் செங்குட்டுவனின் வீரத்தைப்பற்றி ஒரு பாட்டுப் பாடுங்கள் என்று மீனாட்சிசுந்தரனாரைக் கேளுங்கள்; 'ஏன்? வீரம் சேரன் செங்குட்டுவனில்தான் இருக்கிறதா? கம்ப ராமாயணத்திலே வீரம் செறிந்திருக்கிறதே?' என்பார்கள். நான் மீனாட்சி சுந்தரனாரைப்பற்றி ஏதோ தவறாகக் கூறுகின்றேன் என்று நினைக்க வேண்டா. இராமனுடைய வீரம் தமிழனுடைய வீரத்திற்கு நல்ல எடுத்துக்காட்டல்ல. தமிழனுடைய வீரத்திற்குத் தக்க சான்று உள்ளதைப் பாடுங்கள் என்கிறோம். புதிய கவிதைகளைப் பாடுங்கள் என்கிறோம். எங்கள் ஊனக் கண்ணுக்குத் தெரியும் பொருளைப் பற்றிப் பாடுங்கள் என்கிறோம்.

சாதாரண மக்களின் சதையையும் பிய்க்கும்படியான கவிதைகளையும் பாடுங்கள் என்கிறோம். தாயின் தன்மை ததும்பும்படி பாடுங்கள் என்கிறோம். தேயிலைத் தோட்டத்திலே நமது இளம் பெண்கள் படுகிற கஷ்டத்தைப் பற்றிப் பாடுங்கள் என்கிறோம். பாட்டாளி கொடிய பணக்காரனுக்கு அடிமை; பணக்காரன் பூசாரிக்கு அடிமை; பூசாரி ஏட்டுக்கடிமை; ஏடு கலைக்கு அடிமை; கலை கலா ரசிகர்களுக்கு அடிமை; கலா ரசிகர்கள் பழமைக்கடிமை என்ற அடிமைத்தனம் அறுபடும் மார்க்கத்தைப் பற்றிப் பாடுங்கள் என்கிறோம்.

குட்டி பாரதிதாசன்

நாமக்கல் கவிஞரின் மகனார், "தியாகி"யில் தீட்டிய ஒரு கவிதையைப் பார்த்தேன். நாமக்கல் கவிஞர் வீட்டிலே ஓர் குட்டிப் பாரதிதாசன் வளர்கிறார். மணியடிக்கிறதாம். பள்ளிக்கூடம் விட்டு வீடு வருகிறார். வழியிலே சாலைக்குப் பக்கத்தில் எச்சிலை வீழ்கிறது. சில நாய்கள் பாய்கின்றன. அந்த நாய்களுடன் இவர் கண்களும் பாய்கின்றன. ஆனால் ஆச்சரியப்படவில்லை. அடுத்த விநாடி ஓர் வற்றிய மனித உருவம் வருகிறது. எச்சிலைகளின் மேல் பாய்கிறது. பாய்ந்து நாயைக் காலால்கூட அடிக்க வலுவில்லாமல், கையால் பிடித்துத் தள்ளுகிறது. தள்ளிவிட்டு, நாயின் எச்சிலை உண்கிறது. நாய் சும்மா போகவில்லை. ஒரு கடி கடித்துவிட்டுப் போகிறது; இதைக் காணத் தம்பிக்கு ஆச்சரியம் மட்டுமல்ல; வேதனையும் பிறக்கிறது. தம்பி, இந்தக் காட்சியை இன்னும் காணும்படியான இந்த நிலையிலே உள்ள, 'ஏ! பாரத நாடே' என்கிறார். கவிதை முடிகிறது. முடிக்கிறார் என்றால், எல்லோரையும் போல, "ஈசனே சிவகாமி நேசனே" என்று முடிக்கவில்லை. 'என் நாடே' என்று கவிதையை முடிக்கிறார். இன்று கவிதைகள் அப்படிப்பட்ட முறையிலே வெளிவர வேண்டும் என்கிறோம்.

முத்திரை மோதிரம்

பாரதிதாசன் பாக்கள் அத்தகையன; அதனால்தான் அவர் பாக்களை மாணவர்கள் போற்றுகின்றனர். அவரைச் சிலருக்குப் பிடிக்காமலிருக்கலாம், அவர் காரசாரமாகச் சாதியைச் சமயத்தை கண்டிக்கிறார் என்பதற்காக. பாரதிதாசன் வர்ணாஸ்ரமத்தைக் கண்டிக்கிறார். கண்டிக்கலாமா? சனாதனத்தைச் சாடலாமா? வகுப்புவாதத்தை வளர்க்கலாமா? என்று கேட்கின்றனர். வகுப்பு வாதத்தை அவர் வளர்க்கிறார்

என்றால், வகுப்பு வாதம் இந்த நாட்டை விட்டுப் போகத்தான் – விட்டு விலகத்தான் – பாரதிதாசன் பாடுகிறார். கவிதைகளைக் கவண் கற்களாக உபயோகப்படுத்துகிறார். அந்தக் கற்கள் வருணாஸ்ரமத்தைத் தாக்குகின்றன. அது யாருக்குச் சொந்தமான கோட்டையாயிருந்தால் என்ன? அது யாருக்குச் சொந்தமான கொத்தளமாயிருந்தால் என்ன? தாக்கட்டும், தகர்க்கட்டும் என்கிறார். அந்தக் கோட்டைக்குச் சொந்தக்காரர் யார் என்று பார்க்கிறார்; அவர்களைத் தாக்குகிறார்.

கன்னையா கம்பெனி நாடகம் நடக்கிறது. ராஜபார்ட் வேஷத்தில் உள்ளவனின் ராகம் ரசிக்கவில்லை, தொண்டை கட்டிய காரணத்தால், உடனே நாடகத்தைப் பார்ப்பவர்கள், 'உள்ளே போ' என்று கூச்சல் போடுகிறார்கள்; போய்விடுகிறான். நாடகம் முடிந்து வெளியே போகிறவர்கள் என்ன பேசிக் கொள்வார்கள்? 'கன்னையா கம்பெனி மோசம்' என்பார்கள். ராஜமாணிக்கம் பிள்ளை நாடகம் நடக்கிறது. நடிகர்களின் திறமையாலோ அல்லது மின்சார விளக்குகளின் மினுமினுப் பாலோ உட்கார்ந்திருப்பவர்களின் உள்ளத்தைக் கொள்ளை கொள்கிறது. நாடகம் முடிந்து வெளியே போகிறவர்கள் என்ன பேசிக்கொள்வார்கள்? 'ராஜமாணிக்கம் கம்பெனி நன்றாயிருக்கிறது' என்பார்கள்.

எப்படித் தொண்டை கட்டிய நடிகன், கம்பெனிக்கும் சொந்தமானதால் கன்னையா கம்பெனி பழிப்புக்கிடமாகிறதோ, அதேபோல், வருணாஸ்ரம் கொடுமைக்கு, ஜாதீயக் கொடுமைக்குச் சொந்தக்காரர்களாய் இருப்பவர்கள் பழிப்புக்கு இடமாகிறார்கள். ஜாதீயக் கொடுமையின் மேல் எந்த சிலாசாசனம் பொறிக்கப்பட்டிருக்கிறது? யாருடைய முத்திரை மோதிரம் போடப்பட்டிருக்கிறது என்று பார்த்த நேரத்தில், ஒரு வகுப்பாரின் முத்திரை மோதிரம் தெரிந்தது. தெரிந்ததால்தான். நாமும் நமது கவியும் ஆரியத்தைத் தாக்குகிறோம் காரணத்தோடு.

பார்ப்பனர்கள் எனது ஆருயிர் நண்பர்கள்; எப்படியிருந்தால்? பார்ப்பனர்கள் மாத்திரம் தங்களுடைய குறையை நீக்கிக் கொள்வார்களானால், இந்தப் பாரில் பார்ப்பனத் தோழர்களைப் போலப் பரம திருப்தியாளர்கள் யாரும் எனக்கு இருக்க முடியாது. நீக்கிக் கொள்ள கொஞ்சம் தன்னலமற்ற தன்மை வேண்டும்; புதுமைக் கருத்து வேண்டும்; துணிவு வேண்டும்; அஞ்சாநெஞ்சம் வேண்டும். புதுச்சேரியிலே வைதிகர்களைத் திட்டுகிறார்களென்றால், பயப்படாமல்

போய், ஏன் என்று பார்க்க வேண்டும். காக்கை குருவி எங்கள் குலம் என்று பாரதி பாடிய இந்த நாட்டிலே, சூத்திரர்கள், மனிதர்கள் எங்கள் குலம் என்று சொல்வதற்கு இன்றும் அஞ்சுகிறார்கள் என்றால், நாங்கள் வீசுகிற குண்டு எந்தக் கோட்டை மீது வீழ்ந்தாலென்ன? அதிலிருந்து வெளிவரும் விஷ வாயுக்கள் – நச்சு வாடைகள் – முடக்குவாதங்கள் ஒழியவேண்டும். பார்ப்பனத் தோழர்கள் மாத்திரம் நம்முடன் கைகோத்துத் தோளுடன் தோள் இணைந்து, நாம் "ஜாதியை ஒழிப்போம்" என்று எழுதியும், பேசியும், செயலிலே காட்டியும் வருவது போல் வரட்டும்; வராவிட்டால் சும்மா இருக்கட்டும். சும்மா இல்லாவிட்டால் எதிர்க்காமலாவது இருக்கட்டும். எதிர்க்காமல் இருக்க முடியவில்லை என்றால், ஏளனம் செய்யாமலாவது இருக்கட்டும்; ஏன் என்று கேட்காமல் எதையாவது செய்யட்டும் என்று கூறட்டும். பாருங்கள்! பத்து வருடத்தில் ஜாதி ஒழிகிறதா, இல்லையா என்று! கவி கண்ட கனவு நனவாகிறதா, இல்லையா என்று.

அறிவு கெட்ட தமிழகம்

எங்கே – எடுத்துக் கொள்ளுங்களேன். ஒரு பத்திரிகை "பகவத் கீதையிலே நாலு சாதி இருக்கவேண்டும்" என்று பரமாத்மா கூறியிருக்கிறார் என்று எழுதும். "அது யார் சொன்னது? பகவத் கீதையிலே சாதிக்காதாரமில்லை" என்று ஒரு பேப்பர் எழுதும். மற்றோர் பேப்பர், "நீங்கள் கீதையை வேறுவிதமாக அர்த்தம் பண்ணிவிட்டீர்கள்" என்று செந்தமிழ்ச் செல்வி தீட்டும். அறிவு கெட்ட தமிழகம்; எதைத்தான் நம்பும்? கீதையை நம்புமா? தனிப்பட்டவர்கள் சொல்லும் தத்துவார்த்தத்தை நம்புமா?

அலங்காரமான உடை ஆனால் ஆபாசமான கருத்து

காலையில் நான் ரயிலில் வரும்பொழுது, நான் வந்த கம்பார்ட்மெண்டில் ஒரு கல்லூரி மாணவர், திருச்சி, செயிண்ட் ஜோசப்பில் வேதாந்தம் படிக்கிறவர்; இரு பார்ப்பனப் பண்டிதர்களிடம் தர்க்கம் பண்ணிக்கொண்டு வந்தார். மாணவர், அந்த ஐயர்களைப் பார்த்து, "வினை என்கிறார்களே, அதைப் பற்றி விதண்டாவாதக்காரர்கள் சில சமயங்களிலே கேட்கிற கேள்விகளுக்குப் பதில் சொல்லத் தெரியவில்லை; அதைப்பற்றிக் கொஞ்சம் சொல்லுங்கள்" என்றார். உடனே பண்டிதர்கள் கேட்பதற்குப் பதில் சொல்லாமல், "நீங்கள் கல்லூரியிலே படிக்கிறேன் என்கிறீர்களே, சாப்பாடு

எங்கேயோ?" என்று மாணவரைக் கேட்டார்கள். மாணவர், அதற்கு, பிராமணர்களுக் கெல்லாம் நம் ஹாஸ்டலிலே தனி இடம் உண்டு. அங்கேதான் சாப்பாடு" என்றார். நெற்றியிலே ஒன்றும் இல்லாவிட்டாலும், உடனே மாணவன் பிராமணன் என்று தெரிந்துகொள்கிறார்கள். மாணவன் நெற்றியிலே நீறில்லை. கல்லூரியிலே படிக்கிறவர்; அதுவும் வேதாந்தப் படிப்புப் படிக்கிறார்; இங்கிலீஷ்காரனும் பார்த்துப் புதுமாதிரி என்று கற்றுக் கொள்வான்; அவ்வளவு அழகாகக் கிராப்பை வாரி விட்டிருக்கிறார். அலங்காரமான உடைதான்; ஆனால் ஆபாசமான கருத்துக்கள். மாணவன் பிராமணன் என்று தெரிந்து கொண்ட பிறகுதான் அந்தப் பண்டிதர்கள் 'சரி, விவாதிக்கலாம்' என்கிறார்கள்.

விவாதம் ஆரம்பமாயிற்று. மாணவன் கேட்டான் 'ஒருவன் கஷ்டப்படவும் இன்னொருவன் சுகப்படவும் காரணம் என்ன?' என்று, அதற்கு அவனவன் செய்த பாவபுண்ணியம் என்று பதில் அளித்துவிட்டு மாணவனைப் பார்த்து, "சரி தம்பி, ஒருவன் 60–ம், இன்னொருவன் 40–ம் மற்றொருவன் 20–ம் மார்க்குகள் வாங்கக் காரணம் என்ன?" என்றார்கள். அவன் பண்டிதர்கள் மொழியிலேயே "அவாளவாள் படித்த படிப்புக்குத் தக்கவாறு" என்றான். பண்டிதர்கள் "இதைப்போலத்தான் சுகத்தையும் கஷ்டத்தையும் அவாளவாள் செய்த பாவ புண்ணியத்திற்குத் தக்கவாறு அடைகிறார்கள்" என்று எடுத்துக் காட்டினார்கள். அவர்கள் விவாதிக்கத் தர்க்க சாத்திரம் தேவையில்லை; வேதாந்தங்களே உதாரணம்; கதைகள் மூலம்தான் விளக்குவார்கள். 'சரி அதிருக்கட்டும்' என்று. சற்று நேரம் கழித்து மாணவன், "இந்த ஜென்மத்தில் அனுபவிப்பது, போன ஜென்மத்தில் செய்த பாவம்; போன ஜென்மத்தில் கஷ்டத்தை அனுபவிப்பதற்கு, அதற்கு முந்திய ஜென்மத்தில் செய்த பாவம்; என்று இப்படியே அதற்கு முன் ஜென்மம், அதற்கு முன் ஜென்மம் என்று போய்க்கொண்டே இருந்தால் முதல் ஜென்மம், அதாவது ஆண்டவன் உயிரை உடலிலே முதன் முதல் புகுத்திய ஜென்மம் – அந்த ஜென்மத்திலே செய்த பாவத்திலே கொண்டு போய்விடும். அந்த ஜென்மத்தில் பாவம் செய்ததற்கு யார் குற்றவாளி? படைக்கும்பொழுதே பாவத்தைச் செய்யாதபடியல்லவா ஆண்டவன் படைத்திருக்க வேண்டும்? அது இல்லாமல், பாவம் செய்யும்படியே படைத்துவிட்டு, 'பாவம் ஏன் செய்தாய்?' என்று கண்டிப்பது ஒரு குற்றம்; பாவம் செய்யாமல் படைக்காதது இன்னொரு குற்றம்; ஆகவே, நாம் செய்கிற பாவத்திற்குக் குற்றவாளி பரமன்தான்

என்று சொல்கிறீர்களா? ஜென்மம் என்பது உண்டா? அப்படியிருந்தால் முதல் ஜென்மத்திற்கு முன் என்ன நடந்தது என்று யாராவது கேட்டால் என்ன பதிலளிப்பது" என்றான்.

பண்டிதர்கள் கொஞ்சம் விரைத்துப் பார்த்தார்கள். "ஜென்மம் என்று ஒன்று உண்டா என்று கூடவா கேட்கிறீர்கள். நம்பிக்கையிலிருந்துதான் வாதமே எதுவும் தொடங்க வேண்டும். முதல் ஜென்மம் இருந்தது என்றுதான் வைத்துக்கொள்ள வேண்டும். அதற்கு முந்திய விவரங்கள் சொன்னால் புரியாது. அதிருக்கட்டும். இந்தப் பிரச்சினையெல்லாம் யார் கிளப்பி விட்டது? ஈரோட்டு நாயக்கராகத்தானிருக்கும். இவர்களெல்லாம் பெரியார்களாம். ஒரு கட்சியின் தலைவர்களாம்" என்று பேச ஆரம்பித்து, விவாதத்திலிருந்து தப்பித்துக் கொண்டார்கள். இது நான் காலையில் ரயிலில் கண்ட காட்சி.

இதுபோல் இன்னும் வருணாசிரமம் தாண்டவமாடினால்; அதை ஆதரித்துக் கவிதைகளும், கதைகளும், கட்டுரைகளும் எழுதினால், இந்தச் சாதி மட்டம்; அந்தச் சாதி உசத்தி என்று சாதி மட்டக்கோலை நாம் வைத்திருக்கும் வரையில், வேண்டு மென்றே ஒரு கட்சியையும், கட்சியின் தலைவரையும் தூற்றுகிற வரையில், இந்த நாடு நற்கதியடைய மார்க்கமில்லை.

யாருக்கு வெட்கம், அணுகுண்டு சகாப்தத்திலே?

வைதிகத்தையும், மூடப்பழக்கத்தையும் வளர்க்கும் மகாமகத்திற்குப் போகாதே என்றால், சுயமரியாதைக்காரன் சொன்னான் என்பதற்காக கல்கி, மகாமகக் குளத்தையும், அங்கு குழுமியிருந்த மக்களையும் படம்பிடித்துக் காட்டி, "இதோ பாருங்கள், சுயமரியாதைக்காரன் காட்டுக் கூச்சல் போடுகிறானே. எவ்வளவு கூட்டம் இந்த நெருக்கடியான காலத்திலும்? இதிலிருந்து அவர்களுக்குப் பிரச்சார பலமில்லை என்று தெரிகிறதல்லவா?" என்பதன் மூலம், சுயமரியாதைக்காரனுக்கு வெட்கம் என எழுதியது, யாருக்கு வெட்கம்? முதலில் கல்கி ஆசிரியர் தமக்கு ஏற்பட்ட அவமானத்தை மறந்து விடுகிறார். இந்த அணுகுண்டு சகாப்தத்திலே, அழுக்கு நீரிலே குளித்தால் ஆண்டவனுடைய அருளைப்பெறலாம் என்பதை ஆதரிப்பது போலல்லவா நமது படம் இருக்கிறது என்று அவமானப்படவேண்டியவர் அவர்தான்.

ஆகவே, எதையும் சுயமரியாதைக்காரன் சொன்னான் என்பதற்காக எதிர்க்காமல், மகாமகம் மடமையை வளர்க்கிறது என்றவுடன், தினமணி ஆதரித்து எழுதட்டும்; சுதேசமித்திரன் தலையங்கம் தீட்டட்டும்; ஹிந்து எழுதட்டும்; வேண்டுமென்றால் மதராஸ் மெயில் மாத்திரம் மகாமகத்தை ஆதரிக்கட்டும்; இந்த நாட்டில் எவ்வளவு காலம் அறியாமை நீடித்திருக்குமோ, அவ்வளவு காலம் அவர்களுடைய அந்நிய ஆட்சி நீடித்திருக்கும் என்பதற்காகப் பத்து வருடம் சுயமரியாதைக்காரன் சொல்வதை ஏற்று எழுதட்டும்; எழுதாவிட்டாலும் எதிர்க்காமலிருக்கட்டும். பாருங்கள், 10 வருடத்திற்குப்பின் இந்த நாட்டிலே ஜாதி இருக்குமென்று நினைக்கிறீர்களா? அஞ்ஞானம் இருக்குமா? தீண்டாமை இருக்குமா? எல்லாம் போன இடம் தெரியாமல் போய்விடும்.

ஒன்று பட்டாலுண்டு வாழ்வு

பாரதியார்கூட, “ஒன்றுபட்டாலுண்டு வாழ்வு; நம்மில் ஒற்றுமை நீங்கில் அனைவருக்கும் தாழ்வு” என்று கூறினார். இதைச் சொல்லியும் – ஒரு கத்தைக்குச்சியை ஒடிக்க முடியாது. தனியா யிருந்தால் ஒடித்துவிடலாம் என்று சொல்லியும், பள்ளி மாணவர்களுக்கு ஒற்றுமையின் அவசியம் போதிக்கப்படுகிறது. ஒற்றுமை என்றால் எதற்கு ஒற்றுமை? நெருப்புக்கு நீருக்குமா? மானுக்கும் புலிக்குமா? பினாயிலுக்கும் தண்ணீருக்கும் பேதமிருக்கும்; ஆனால் அதில் ஒற்றுமையைக் காணுதல் என்றால் முடியுமா?

வேற்றுமையில் ஒற்றுமை

இந்து, முஸ்லீம் ஆகிய இருபெரும் சமுதாயங்கள் பல துறைகளிலே வேற்றுமையைக் கொண்டவைகள். அவைகளில் ஒற்றுமை என்றால் ஏற்படுமா? வேற்றுமையில் ஒற்றுமை காண்பி; இது தர்க்கத்துக்குரியது; மாணவர்கள் கேள்வித் தாளுக்குரியது. நாட்டுக்குரியதா? நாட்டிலே நடவாது. அதை உத்தேசித்துத்தான் நமது புரட்சிக் கவிஞர், உலகம் என்று உலகம் பொதுவுடைமை பேசுவதைக் கடுமையாகக் கண்டிக்கிறார்; இனம் கலந்தால் இடறும் என்கிறார்; சனாதன ஊற்றைத் தூர்க்க வேண்டும் என்கிறார். வருணாஸ்ரமத்தின் வாயிற்படியை அடை என்கிறார். வேதாந்தம், சித்தாந்தம் எல்லாம் வேலை ஒழிந்த நேரத்தில், ஆண்டிகள் விவாதிக்க வேண்டிய பொருள். கொலை வாளை எடு, முதலில் கொடியோர் செயலை அறவே

ஒழிப்போம் என்றும், மகாராசர்கள் உலகாளுவதா என்றும் கேட்கிறார்.

கொலை வாளினை எடு

அந்தக் காலத்திலே கஷ்டம் ஏற்பட்டால், 'இஷ்டமுடன் என் தலையில் இட்டவனும் செத்துவிட்டானோ, முட்டப் பஞ்சமே வந்தாலும் பாரமவனுக்கே' என்று பாரம் பழிகளை 'அவன்' மேல் சுமத்தினார்கள்; பதிலை எதிர்பார்க்காமல் இடைக்காலத்தில், 'கேட்ட வரம் அளிக்கும் கீர்த்தியுள்ள தெய்வங்காள், கூட்டோடே எங்கே குடிபோனீர்' என்று கடவுளைப் புலவர்கள் தேட ஆரம்பித்தார்கள். ஆனால் பாரதிதாசனோ, "கடவுளைக் காணமுடியவில்லை. ஆகையால் கடவுள் வந்து கடுங்கோலர்களைத் தண்டிப்பார் என்று நினைக்காதே; கொலை வாளினை எடடா; நாம்தான் அந்த மதோன்மத்தர்கள் மண்டையிலே அடிக்க வேண்டும்" என்கிறார். அந்தக்கால மக்கள், 'கொடுங்கோல் மன்னன் வாழும் நாட்டில், கடும்புலி வாழும் காடும் நன்றே' என்று அரண்மனையைவிட ஆரண்யமே மேல் என்று ஆரண்யம் புகுந்தார்கள், அரசாட்சியைப் பற்றிக் கவலைப்படாமல். பாரதியார் வந்தார்.

"தனி ஒருவனுக்கு உணவில்லையெனில் இந்த ஜகத்தினை அழித்திடுவோம்" என்று அழகாக அரசியலைத் தாக்கச் சொன்னார் மக்களை. ஆனால், பாரதிதாசனோ, கொலை வாளைக் கையில் கொடுத்து நேரே நம்மைக் களத்திலேயே கொண்டு வந்து நிறுத்துகிறார்.

காதலும் வீரமும்

பாரதிதாசன் தென்றலைப் பற்றியும், தமிழைப் பற்றியும், வீரத்தைப் பற்றியும்தானே பாடினார்; காதலைப் பற்றிப் பாடியிருக்கிறாரா என்றால்? வேண்டிய மட்டும் பாடியிருக்கிறார்; அவர் கவிதைப் பகுதிகளில் எந்தப் பகுதியை படிக்காவிட்டாலும் காதல் பகுதியைப் பற்றி யாரும் படிக்காமலிருக்கமாட்டார்கள் என்பதற்காக, நான் காதலைப் பற்றிச் சொல்லத் தேவையில்லை. காதலையும் வீரத்தையும் பாடும்படியும், பாடி ஆடும்படியும், அதை இசையிலே காட்டும்படியும், அவரது காவியங்களும், கவிதைகளும் சொல்லுகின்றன. தமிழ்நாட்டிலே காதலைப் பற்றியும் வீரத்தைப் பற்றியும் புலவர்கள் அதிகம் பேசுவதற்கும்

எழுதுவதற்கும் காரணம், தமிழ்நாட்டின் இயற்கை எழில், இங்குச் சுற்றிப் பார்த்தால், இங்கிலாந்தில் காணப்படுவது போலச் சுண்ணாம்புக் குன்றுகள் தோன்றா; அழகிய குன்றுகளுக்குப் பக்கத்திலே சாலைகள், சாலைகளுக்குப் பக்கத்திலே சோலைகள்; வற்றாத ஜீவநதிகளுக்குப் பக்கத்திலே அலைகள் பாய்ந்திடும் நன்செய்கள்; நன்செய்களிலே நிற்கும் பஞ்சை உழவர்கள்; அந்த உழவர்கள் பாடும் பள்ளு; அந்தப் பள்ளு நெஞ்சை அள்ளும் விதம். இந்தக் கவின் பொருந்திய காட்சி தமிழனுக்குக் காதலை ஊட்டுகிறது. காட்டை நாடாக்கியிருக்கிறார்கள். ஒரு காலத்திலே விந்திய மலைக்குத் தெற்கே காடாயிருந்ததைப் பிற நாட்டார் கண்டு மெச்சத்தகுந்த அளவு மட்டுமல்ல; பொறாமைப்படும் அளவுக்கு அழித்து, நாடுகளும் வீடுகளும் அமைத்திருக்கிறார்கள். வியாபாரத்திலே தழைத்தோங்கி இருக்கிறார்கள். வீரத்திலே திளைத்திருக்கிறார்கள். இன்னும் வீரம் போற்றப்படுகிறது போர்க் களங்களிலே!

தமிழனுடைய வீரம் மங்காதிருக்கக் காரணம், தமிழனுடைய வீரத்திற்கும் பிறருடைய வீரத்திற்குமிருந்த வித்தியாசமே. தமிழன் என்றும் அக்கினியாஸ்திரம் உபயோகித்ததில்லை; பாசுபதத்தைப் பயன்படுத்தியதில்லை. அவனது ஆயுதங்கள் அவனிரு பருத்த தோள்கள். இடையிலே வாள்; வாள் ஏந்தக் கை; கைக்கேற்ற கருத்து; கருத்துக்கேற்ற களம்; களத்துக்கேற்ற காட்சி; அங்குப் பிணக்குவியலைக் கண்டு பயப்படாத காட்சிக்கேற்ற கம்பீரம். கனக விசயரைக் கைது செய்ய கங்கைக்கரைக்குச் சென்றான். சேரன் செங்குட்டுவன் என்றால், – சென்றான் வீரர்களுடன்; வீரர்கள் சென்றனர் வாள்களோடு; திரும்பினர் வெற்றியோடு. அன்று ஆரியம் தாள் பணிந்தது வாளுக்காக. சேரன் செங்குட்டுவன் வெற்றி பெற்றான் என்றால், ஐயனுடைய அருளாலல்ல; மழையைப் பொழியும் வருணாஸ்திரமில்லாமல், அழிக்கும் அக்கினியாஸ்திரமில்லாமல், இலங்கையை ஆட்டிடுமாமே அந்த வாயு வாஸ்திரமில்லாமல், சேரன் சண்டையில் வெற்றி பெற்றான்.

இதில் இந்த அஸ்திரங்கள், குலோத்துங்கன், ராசராசன், போன்றவர்கள் பர்மா மீது படையெடுத்தபோதும், பிற நாடுகளைப் பிடித்தபோதும் உபயோகப்படவில்லை.

உபயோகப்பட்டதாக சான்றுகளில்லை. தமிழர்களுக்கு ஒரு வீசை இரும்பு; ஓர் சிறிய உலைக்கூடம்; கொஞ்சம் மூளை; இவை இருந்தால் போதும். வாள் வடிக்க. வாள் வடித்துவிட்டார்களானால், அவர்களுக்கு முன்னமேயே இருக்கின்ற அஞ்சா நெஞ்சமும், அருமைக் கையும் போதும். பர்ணசாலைகள் அமைக்க வேண்டியதில்லை; நெடும் பல யாகங்கள் செய்ய வேண்டியதில்லை; ஐயனின் அருளைப் பெற, எப்பொழுது அம்மையும் அப்பனும் சண்டை சச்சரவுகளில்லாமலிருக்கிறார்கள் என்ற நேரத்தை எதிர்பார்த்துக் கொண்டிருக்க வேண்டியதில்லை. அந்த மாதிரியான தமிழனின் வீரத்தை அழகாகப் பாடியுள்ளார் பாரதிதாசன்.

பாரதி தாசன்

பாரதிதாசன் பாக்கள், தமிழனின் வீரத்தையும் காதலையும் நினைவூட்டும்; பாரதிதாசன் படம் அதற்கு உறுதுணையாயிருக்கும். பாரதிதாசன் திருவுருவப் படத்தைத் திறந்து வைத்து அவருக்குப் பாராட்டுதல் செய்வதற்கும், செய்வதற்குக் காரணமாயிருந்தவர்களுக்கும், துவக்கியவர்களுக்கும், அதைத் துவக்கிய மாணவர்களுக்கு உறுதுணையாக நின்று பேராதரவு அளித்த பேராசிரியர்களுக்கும் எனது வணக்கம். அவர்களை நன்றாக, மனமார வாழ்த்துகிறேன். பாரதிதாசன் முகத்திலே அமைதி தவழாது; அதற்குப் பதிலாக புரட்சி வாடை வீசும்; கோப ஜ்வாலை வீசும். திரு.வி.க. ஆண்மையில் பெண்மை காணுவது போலக் காண முடியாது. அவரது முகத்திலே மீசை கறுத்து முறுக்கேறியிருக்கும். அவருடைய முகத்திலே யோகத்தின் சின்னங்களைக் காண முடியாது. யாகத்தின் தழும்புகளைக் காணலாம். அவர் அண்மையிலே புதுவையில் சிலரால் காலித்தனமாகத் தாக்கப்பட்டார். ஆனால், புதுவையில் பட்ட அந்தத் தியாகத் தழும்புகள் இந்தப் படத்திலே தெரியாது. அந்தத் தியாக மூர்த்தியின் திருவுருவப் படம் தமிழ்நாடு எங்கணும், மாட மாளிகைகளிலே; மாட மாளிகை மட்டுமல்ல, மண் குடிசைகளிலே மட்டுமல்ல, மக்களுடைய மனத்திலேயும் பிரகாசிக்க வேண்டும். அவரது ஆவேசம் எல்லோருக்கும் உண்டாகுமாக! அவரது ஒவ்வொரு கவிதையும் இந்நாட்டின் விடுதலைக்காக வெடிகுண்டுகளாகுமாக! அவரது ஒவ்வொரு கவிதையும் ஒரு ரூசோவாக மாறுமாக!! அவரது ஒவ்வொரு கவிதையும் ஒரு வால்டேராக மாறுமாக!!!

ஏ தமிழ் நாடே! ஏ தாழ்ந்த தமிழ் நாடே! தேய்ந்த தமிழ் நாடே! தன்னை மறந்த தமிழ் நாடே! தன்மானமற்ற தமிழ் நாடே! நன்றிகெட்ட தமிழ் நாடே! கலையை உணராத தமிழ் நாடே! கடவுளின் லட்சணத்தை அறியாத தமிழ் நாடே! மருளை மார்க்கத்துறை என்றெண்ணிடும் தமிழ் நாடே! ஏ, சோர்வுற்ற தமிழ் நாடே! வீறு கொண்டெழு! உண்மைக் கவிகளைப் போற்று! உயிர்க் கவிகளைப் போற்று! உணர்ச்சிக் கவிகளைப் போற்று! புரட்சிக் கவிகளைப் போற்று!! புத்துலகச் சிற்பிகளைப் போற்று!!!

என்று கூறி, உங்கள் அனைவரின் சார்பாகவும், பெருமையுடனும், மகிழ்ச்சியுடனும், புரட்சிக் கவிஞர் பாரதிதாசன் அவர்களது படத்தை திறந்து வைக்கிறேன்.

(முற்றும்)

தீ பரவட்டும்! - I

(19–2–43 செவ்வாய்க்கிழமை மாலை 4:30 மணிக்குச் சென்னை சட்டக் கல்லூரி மண்டபத்தில், ஆரியச் சுவடிகளான கம்ப இராமாயணம், பெரிய புராணம் பற்றிய ஓர் உரையாடல் (டிபேட்) நடைபெற்றது. கூட்டத்திற்கு இந்துமத பரிபாலன நிலையத் தலைவர் தோழர் இராமச்சந்திரஞ் செட்டியார், பி.ஏ., பி.எல்., அவர்கள் தலைமை வகித்தார். உரையாடலில், தோழர்கள் சி.என். அண்ணாதுரை, எம்.ஏ., ஈழத்தடிகள், பி.ஏ., ஆர்.பி.சேதுப்பிள்ளை, பி.ஏ.,பி.எல்., சீனிவாசன் ஆகியவர்கள் கலந்துகொண்டு தத்தம் கருத்துக்களை எடுத்துக் கூறினார்கள்.)

நிகழ்ச்சி

கூட்டத்தைப் பற்றிய எவ்விதமான விளம்பரமும் செய்யப்படவில்லை என்ற போதிலும், மக்கள் திரளாக வந்து குழுமியிருந்தனர். தன்மதிப்பு இயக்கத் தோழர்கள் பல நூற்றுக்கணக்கானவர்களும், சட்டக் கல்லூரி மாணவர்களும், புலவர்களும், தாய்மார்கள் பலரும் மண்டபம் நிறையக் குழுமியிருந்தனர்.

சட்டக் கல்லூரித் தமிழ்க் கழக அமைச்சர் தோழர் வேணு கோபாலன், தலைவரைப் பிரேரபிக்கையில், "பெரியோர்களே! தமிழருக்குச் செல்வம் போன்ற கம்ப இராமாயணம், பெரிய புராணம் ஆகிய நூற்களைக் கொளுத்த வேண்டும்; அல்லது அழிக்க வேண்டும் என்று பெரியார் ஈ.வெ. இராமசாமி அவர்கள் கூறுவது கேட்டுத் தமிழ் மக்கள் கோபம் கொள்வது இயற்கை. ஆனால் சுய மரியாதைக்காரர்களின் தீர்மானத்தைப் புறக்கணிப்பது கூடாது. ஆகவே, அதுபற்றி அவர்களின் கருத்தை அறியத் தோழர் அண்ணாதுரை அவர்களை அழைத்துள்ளோம். அவர் இந்திரசித்துக்குச் சமம் என்று கூறுவேன். அவருரையை மறுத்துப் பேசத் திருவாளர் சேதுப்பிள்ளை அவர்கள் இராம பிரான்போல்

வந்திருக்கிறார்கள். இதற்கு நடுநிலைமையாளராக இருக்க, ஜனக மகாராஜனைப்போல, உயர்திரு இராமச்சந்திரஞ் செட்டியார் அவர்கள் வந்திருக்கிறார்கள். விவாதம் மிக மேலான முறையினதாக இருக்க வேண்டுமென விழைகின்றேன்" என்று கூறினார்.

தலைமை தாங்கிய திரு.சி.எம்.இராமச்சந்திரஞ் செட்டியார் (இந்துமத தர்ம பரிபாலன போர்டு கமிஷனர்) அவர்கள், "விவாதிக்கப்படும் இவ்விஷயம் மிக முக்கியமானது; விவாதிக்க வந்திருப்போரும் வல்லவர்களே. ஆகவே விவாதம் மேலான நிலையிலேயே இருக்கும், நான் அவர்கள் பேசிய பின்னர் ஏதேனும் கூறுவதே முறையாதலால், முன்கூட்டி ஏதுங் கூறாது, முதலில் தோழர் அண்ணாதுரையைப் பேசும்படி அழைக்கிறேன்" என்றுரைத்தார்.

1. உயர்திரு. அண்ணாதுரை அவர்கள் பேச்சு

"தலைவர் அவர்களே, தாய்மார்களே, தோழர்களே! சட்டக் கல்லூரித் தமிழ்க் கழகத்தினர், இவ்விவாதத்தை அமைத்து, என்னை அழைத்தமைக்கு என் நன்றியறிதலைத் தெரிவித்துக் கொள்கிறேன். அமைச்சர் கூறியவண்ணம், நான் இந்திரஜித்தன்; ஏதோ மாயாஸ்திரங்களை ஏவுவேன் என்று கருதிவிடத் தேவையில்லை. இன்று நடைபெறப்போவது யுத்த காண்டமுமல்ல! எனக்குப் பிறகு பேச இருக்கும் நண்பர் தோழர் சேதுப்பிள்ளை அவர்கள் புராணப் பண்டிதர்கட்கும் பகுத்தறிவாளருக்குமிடையே உள்ள பிளவை, தமது பெயருக்கேற்ப சேது பந்தனம் செய்தல் வேண்டும்; அணைகோலல் வேண்டும் என்ற அவாவுடையேன்.

விவாதங்கள் என்றால், நான் வெகுண்டு விடுபவனல்ல; வரவேற்பவனே; அதிலும் கற்றுணர்ந்த நம் சேதுப்பிள்ளை அவர்களிடம், தமிழ்ப்பெரியாரும் சைவத் திருவினருமான தோழர் இராமச்சந்திரஞ் செட்டியார் அவர்களின் தலைமையில், நீதிமன்றங்களுக்கு நீதிமான்களையும், நீதியுரைப்போரையும் தயாரித்துத்தரும் சட்டக் கல்லூரி மன்றத்தில், விவாதம் நிகழ்த்துவது மிக்க சந்தோஷம். விவாதம் மிக மேலானமுறையினதாக இருக்கும்.

இராமாயணம், பெரிய புராணம் முதலியவற்றைக் கண்டித்தால், அறிவிற் சிறந்தோர் கூடியுள்ள இங்கு, நாங்கள்

கண்டிப்பது, அவைகளிலே புகுந்துள்ள பொய்ம்மைகள், ஆபாசங்கள் ஆகியவற்றையே என்பதை அறிவர். சாதாரண மக்கள் கொண்ட கூட்டத்திலோ இராமாயணத்தைக் கண்டிக்கின்றனர் என்றால், உடனே ஆத்திரப்படுவர். வழக்கொன்றுண்டு, இராம காதை படிக்குமிடந்தோறும் அனுமன் வந்திருப்பான் என்று. இராமாயணக் கண்டனம் என்றதும், ஆர்ப்பரிக்கும் அனுமன் இங்கு இரான். ஆகையினால், விவாதம் மிக மேலான முறையிலேயே செல்லும் என்று கூறுகிறேன்.

கம்ப இராமாயணம், பெரிய புராணம் ஆகியவற்றைக் கொளுத்த வேண்டும் என்று எனது தலைவர் ஈ.வெ. இராமசாமி கூறியது கண்டு, மக்களுக்குக் கோபம் வருவது இயற்கை என்று அமைச்சர் உரைத்தார். உண்மை, மக்கள் கோபிப்பர் என்பதை நாங்களறிவோம். நாங்கள் துவக்கிய எக்காரியத்துக்கும், நாங்கள் புகுத்திய எக்கருத்துக்கும் எதிர்ப்பு ஏற்பட்டு, மக்கள் கோபித்துப் பின்னர் எம்முடன் சேர்ந்து, எமது பாசறைகளுக்கு வந்துற்றனர் என்பதை, அவர் அறிய வேண்டுகிறேன்.

ஆனால் யாரையும் புண்படச் செய்யவேண்டுமென்பதற்காக இக்காரியத்தைத் துவக்கினோமில்லை.

கலையை அழிக்கின்றனர், கம்பன் புகழை மறைக்கின்றனர் என்று கூறப்படும் பழிச்சொல்லை, நாங்களறிவோம். கலையிலே தேர்ந்து, அதிலே ஆழ்ந்த நம்பிக்கை கொண்டு கம்பனின் இராமாயணமும், சேக்கிழாரின் பெரிய புராணமும் கலை என்று கருதும் அன்பர்கள், ஒரு பெரியாரின் போரால் ஓர் அண்ணாதுரையின் அனலால் அக்கலை அழிந்துபடும் என்று கருதுவரேல், அவ்வளவு சாமான்யமானது கலையாகாது. அத்தகைய கலை இருத்தலுமாகாது என்றுரைக்க ஆசைப்படுகிறேன். கலையைக் குலைக்கும் செயலல்ல எமது, கலையிலே புரட்சி உண்டாக்க விழைகின்றோம் – தக்க காரணங்களோடு.

கலை, ஓர் இனமக்களின் மனப்பண்பு. இவ்வின மக்களிடையே தோன்றும் தெளிவு, வீரம், ஆகியவற்றின் எடுத்துக்காட்டு. எனவே, கலை இன வளர்ச்சிக்கு ஏற்றபடி மாறியும் விரிந்தும் வருமென்பதே நுண்ணறிவினரின் துணிபு. கலை உலகில், அவ்வப்போது மாறுதல் உண்டாகும். இனத்துக்கோர் கலையும், இடத்தின் இயல்பு, தட்பவெப்பம் ஆகியவற்றுக்கு ஏற்ற முறையிலும், கலை உண்டாகும், வளரும், மாறும்.

அரபு நாட்டுக் கலையிலே, தென்றலைப் பற்றிய கவிதை அதிகமிருக்க முடியாது. எஸ்கிமோ நாட்டுக் கலையிலே கதிரோனின் ஒளி பற்றிய கவிகள் அதிகமிராது. ஆப்பிரிக்கா நாட்டு ஜூலு வகுப்பினரின் கலையிலே அவர்கள் நாட்டியம் கவியிலே இருக்கும். அது போலவே ஆரியக் கலையிலே கங்கையின் கவர்ச்சியும், கரையோரக் காட்சியும் சோலை மாட்சியும் என்பன போன்றவைகள் கவிதைகளாக, இலக்கியமாக இருக்கும்.

"இந்தியா என்ற இந்த உபகண்டம், பல இனங்கள் வசிக்கும் இடம். ஆகவே, இங்கு பல கலைகள் உண்டு. இனத்திற்கோர் கலை என்றுண்டு. எனினும், இரு பெரும் கலைகள் இங்குள்ளன என்று அறிவாளிகள் கூறியுள்ளனர். ஆரியக்கலை ஒன்று, திராவிடக்கலை பிறிதொன்று. இடத்திற்கோர் கலை உண்டென்றும் இனத்திற்கோர் கலை உண்டென்றும் கூறினேன். அவை ஒன்றை ஒன்று தழுவாவிடினும், மோதிக் கொள்ளாமல் இருத்தலுண்டு; அவை தனித்தனி அமைப்புப்பெற்றுத் திகழ்வதால் இந்துக் கலை என்று கூறப்படுவதும், இஸ்லாமியக்கலை என்று கூறப்படுவதும் வேறுவேறு. எனினும் அவை ஒன்றை ஒன்று மோதிக் கொள்ளாதபடி தனித்தனி அமைப்புக்களாகி விட்டன. ஆனால், ஆரியக்கலையும் திராவிடக்கலையும் அப்படியின்றி ஒன்றுக்கொன்று முரண்பட்டதாகவும், மோதிக்கொள்வதாகவும் இருத்தலை, அறிஞர் ஒப்புக் கொள்கின்றனர். இந்நிலையின் பயனாகத் திராவிடர் கலை மீதும், சட்டதிட்டங்களின் மீதும், ஆரியம் ஆதிக்கம் செலுத்தலாயிற்று. இக்கல்லூரியில் பன்னெடு நாட்களுக்கு முன்பு இருந்தவரும் சட்ட நிபுணருமான மிஸ்டர் நெல்சன் என்பார், 'இந்து சட்டம்' என்பது ஆரியர்களின் மனு, பராசர், யாக்ஞவல்கியர் ஆகியோரின் நூற்களின் அடிப்படைகளின் மீது அமைக்கப்பட்டிருப்பதாலும், தென்னாட்டு மக்களில் பார்ப்பனரல்லாத பெருங்குடி மக்கள் ஆரியரல்லாதார், ஆகையினாலும், அவர்கள் மீது இந்து சட்டத்தைத் திணிப்பது தவறு, என்று எடுத்துக் காட்டினார். அவரது பேச்சு, காட்டுக் கூச்சலாகி விட்டது. இந்துச் சட்டமே— ஆரிய நீதியே, இன்று நம்மை ஆள்கிறது. தமிழருக்குத் தேச வளமை போன்ற சட்டமோ, அல்லது குறள் நீதியோ இன்று இல்லை. ஆரியமே சட்டத்தை ஆள்கிறது. கலையிலே, ஆரியத்தை ஆதிக்கம் செய்யவிட்டதனால், நாம் கண்ட பலன் இதுவென்றுரைக்க ஆசைப்படுகின்றேன்.

எனவேதான், தமிழருக்குத் தமிழ்நெறி, தமிழ்முறை, ஒழுக்கம், வீரம், கற்பு, காதல் எனும் பண்புகளைத் தரக் கூடிய கலையாக இருத்தல் வேண்டுமேயொழிய, வேறோர் இனத்தைப் புகழ்வதும் அதற்கு ஆதிக்கமளித்துத் தமிழ் மக்கள் மனதிலே தன்னம்பிக்கையற்றுப் போகும்படியும், தமது இனத்தைப் பற்றியே தாழ்வாகக் கருதிக்கொள்ளும்படியான நிலைமை உண்டாக்கும் கதை, காவியம், இலக்கியமென்பவைகளைக் கொளுத்தவேண்டுமென்று நாங்கள் கூறுகிறோம். தமிழர் என்று நான் கூறும் போது, தமிழ்மொழி பேசுவோர் என்பவரை மட்டுமல்ல நான் குறிப்பது, தமிழ் இனத்தை என்பதை நினைவூட்டுகிறேன்.

கலை, இலக்கியம், கற்பனை நூல், ஆகியவற்றின் மீதெல்லாமா எங்களுக்கு விரோதம்; இல்லை. தொல்காப்பியத் தைத் தொட்டோமில்லை; நற்றிணையை, நல்ல குறுந்தொகையை கற்றறிந்தோர் ஏற்றுங் கலியை, அகத்தைப் புறத்தை அழிக்கப் புறப்பட்டோமில்லை. ஆரியத்தை அழகுறப் புகுத்தித், தமிழரை அழிக்கும் நூற்களையே கண்டிக்கின்றோம்.

தொல்காப்பியமே, அதற்கு முன் இருந்த புலவர்களின் பொன்னுரைகளின் பெட்டகம் எனில், 700 ஆண்டுகட்கு முன் தோன்றிய கம்ப இராமாயணம் பழம்பெரும் புலவர்களின் இலக்கியங்களின் கூட்டாகவே இருக்கும். பழைய மூல நூற்கள் இருக்கும்போது, இடையே ஆரியத்தைப் புகுத்த வந்த இராமாயணத்தை அழிப்பதனால் இலக்கியம் இறந்துபடுமா? கலை கெடுமா? என்று கேட்கின்றேன். இவ்விரு நூற்களைக் கொளுத்துவதால் கலை போகும் என்று கூறும் பண்டிதர்களை நான் கேட்கிறேன். இவை இரண்டொழியத் தமிழனிடம் இலக்கியமே இல்லையா? கலை கிடையாதா? என்று.

கலை விஷயமான கிளர்ச்சியை நாங்கள் எடுத்துக் கட்டிக் கொண்டு வர ஆசை கொள்ளவில்லை. முதலிலே ஆரியக் கலையின் சார்பாக ஜெர்மன் பேராசிரியர் மாக்ஸ் முல்லரும், திராவிடக் கலை சார்பாகச் சர் ஜான் மார்ஷலும் வாதிட்டனர். இந்தியக் கலை என்றால் ஆரியக்கலை என்று நம்பிய காலமும், ஆரிய தருமம், நாகரிகம் என்பது குறித்துத் திருவல்லிக்கேணியும் மயிலாப்பூரும் பூரித்த காலமும் உண்டு. நான் சிறு பிள்ளையில் படித்தது, 'ஆரிய மத உபாக்கியானம்' என்பதைத்தான், பிறகு 'மனோன்மணிய' ஆசிரியர் சுந்தரம் பிள்ளை அவர்களும், சைவத் திருவாளர் வி.பி. சுப்பிரமணிய முதலியாரும், திராவிட நாகரிக மேம்பாட்டை எடுத்துரைத்தனர். மறைமலை

அடிகளாரும் இது குறித்துக் கூறினார். நாங்கள் கூறுவதைக் காட்டிலும் கடுமையாகவே ஆரிய மன்னன் மகன் இராமனைத் தெய்வமாக்கித், தமிழரைச் சிறு தெய்வ வழிபாடாற்றும் சிறுமதியினராக்கிற்று ஆரியம் என்று கூறினார். அரசியலில் வேறுபாடான கருத்தைக் கொண்ட பண்டிதர் ஜவஹருங்கூட ஆரிய திராவிடப் போராட்டக் கதையே, இராமாயணம் என்று உரைத்ததைக் கூற விழைகிறேன்..

எனவே, ஆராய்ச்சியாளர்களின் முடிவு இராமாயணம் ஆரியக் கதை என்பதும், ஆரிய திராவிடப் போராட்ட விவரம் என்பதுமாகும். அதனைக் கம்பர் எழுதியுள்ள முறை, தமிழர் ஆரியத்தை ஏற்றுக்கொள்ளும் தூண்டுகோலாகவும், தமிழ் இனம் ஆரிய இனத்தலைவனிடம் தோற்றுவிட்டன என்பதை ஒப்புக் கொள்ளச் செய்வதாகவுமிருப்பதனால். அந்நூலைப் படித்திடும் தமிழ் இனம், தன்னம்பிக்கை, தன்மானம் இழந்து கெடுகின்றது என்று கூறுகிறோம். தமிழ் இனம் புத்துயிர் பெற, இத்தகைய ஆரியக் கலையை அழிப்போம் என்றுரைக்கிறோம். இது, இன எழுச்சியின் விளைவு. முடியுமா? முடியாதா? என்பது, கேள்விக்குரியதுமல்ல; இலட்சியவாதிகளுக்கு அதைக் குறித்து யோசிக்க அவசியமும் இல்லை என்பேன். சீப்பை ஒளித்தால் திருமணம் நிற்குமா என்ற சிறுமொழிகளெல்லாம், பெருமதிபடைத்த நமது சபையினரின் மனதில் உண்டாகாது என்று கருதுகிறேன். வெற்றி எமக்குக் கிடைக்குமா என்பது உமது ஒத்துழைப்பைப் பொறுத்தது. நீங்கள் எதிர்ப்பதனால், உமது எதிர்ப்பைச் சமாளிக்கும் சக்தியை நாங்கள் பெறுவதைப் பொறுத்திருக்கிறது. எனவே, எமது நோக்கம், கலையைக் கெடுத்தலுமல்ல; இலக்கியத்தை அழித்தலுமல்ல. கலைப்புரட்சி மூலம், இன எழுச்சி — இன விடுதலை கோருவதேயாகும். எனக்குப் பிறகு பேச இருக்கும் தோழர் சேதுப்பிள்ளை அவர்கள், கம்பரின் கவித்திறனை, காவியத்திலே வரும் அணியழகை, உவமை நயத்தை எடுத்துரைப் பார்கள். அவர் அங்ஙனம் கூறினதை, நான் பலமுறை கேட்டு மகிழ்ந்துள்ளேன்; இன்றும் கேட்கும் அவாவுடையேன், 'செந்தமிழ்ச் செல்வியில் அவர், கம்பச் சித்திரங்கள் தீட்டியதை நான் அறிவேன். எனவே, அவருக்கும் உமக்கும் ஒன்றுரைப்பேன். நாங்கள் கம்பனின் கவித் திறமையைக் குறித்து விவாதிக்கும் நோக்கமுடையவர்களல்ல. இச்சபையிலும், சீத்தலைச் சாத்தனாரும், ஒட்டக்கூத்தர், புகழேந்தி என்பார் போன்ற கவிகளும் கூடிக் கம்பன் கவியிலே, திறமை உளதா, இல்லையா என ஆராய்வதுபோன்றும் நாம் கூறவில்லை. திறமை வேறு, தன்மை வேறு, விளைவு வேறு,

கம்பரின் கவித்திறமையைக் கண்டு நாங்கள் வியக்கிறோம். அந்தத் திறமை ஆரியத்தை ஆதரிக்கும் தன்மையாயிற்றே என்பது கண்டு திகைக்கிறோம். அவரது கவிதையின் விளைவாகத் தமிழ் இனம் தாழ்ச்சியுற, ஆரியத்திடம் அடிமைப்படும் விளைவு நேரிட்டதைக் கண்டு நாங்கள் வேதனைப்படுகிறோம். நாங்கள் கண்டிப்பது கம்பனின் கவித்திறனையல்ல; அதன் தன்மையை, விளைவை என்பதை, அறிஞர்கள் தெரிய வேண்டுகிறேன். கம்பர், இராமகாதை பாடியதன் நோக்கம் யாது? என்று கேட்கிறேன்.

பழந்தமிழ் நூலான சிலப்பதிகாரத்தை இயற்றிய இளங்கோவடிகள், தமது பாயிரத்தில், தாம் காதைப் பாடுவது எதற்கு என்பதைக் கூறும்போது, பத்தினியை உலகு புகழ்ந்தெத்தும், நீதி தவறிய அரசு கெடும், அவனவனின் செயலின் விளைவு அவனவனைத் தாக்கும் என்ற கருத்துரைகளைக் கூறவே, நான் இப்பாட்டுடைச் செய்யுளை இயற்றினேன் என்று எழுதினார் தெளிவாக. ஆனால் கம்பரோ? தாம் இராமாயணம் எழுதியதற்கு நோக்கம் கூறாது, நொந்த மனங்கொண்டு, வையகம் என்னை இகழுமோ? மாசு வந்து எய்துமோ? என்று கூறுகிறார். ஆண்டவனின் அவதாரம் என்று ஆரியராலும் கம்பராலும் போற்றப்படும் இராமகாதை பாடுவதற்குக், கம்பர் ஏன் இவ்வளவு சஞ்சலப்படுகிறார்? இதனால் உலகு பழிக்குமோ, என்ற சந்தேகம் ஏன் கொண்டார்? என்று கேட்கிறேன், ஆரியக் காதையைப் பாடுவது அடாது என்பதையும், அதற்குப் பூச்சுவேலை செய்து வைப்பது தமிழருக்குத் தீங்காகும் என்பதையும் ஒருவாறு உணர்ந்தே, இங்ஙனம் உரைத்தாரோ என்று கேட்கிறேன்.

பள்ளி மாணவன், பரீட்சையில் கேள்விகளுக்கு விடை எழுதினால், வெளியே வந்தபின் எட்டுக் கேள்விகளில் ஐந்துக்கே விடையிறுத்தேன். அதிலே மூன்று நல்லமுறையிலே எழுதினேன்; இரண்டு ஒரு விதமாக எழுதினேன் என்று ஆயாசப்படுவது போல இல்லையா, கம்பரின் பாயிரம் என்று கேட்கின்றேன். ஏன் வந்தது அவருக்கு அந்தச் சந்தேகம்? மேலும் அவர் கூறினார். தேவபாடையில் இதனை மூவர் செய்தனர். மூவரில் முதல்வரான வால்மீகரது நூலை நான் மூலமாகக் கொண்டேன் என்றுரைக்கிறார். ஆசிரியர் தமது மொழியாம் வடமொழியைத் தேவபாடை என்று கூறுவார்; தம்மையை பூதேவர் என்று கூறுவார். அதனைக் கம்பர் கூறுமிடத்து, ஆரியரால் தேவபாடை என்று கூறப்படுவதான வடமொழி

என்று எழுதாது, தேவபாடை என்று ஏற்றுக்கொண்டு எழுதுவது சரியாகுமா? அம்மொழியைத் தேவபாடை என்று ஏற்றுக் கொண்டால், அம்மொழியினரைத் தேவர் என்றும், தமிழரைத் தாழ்ந்தோரென்றும் கம்பர் ஒப்புக்கொண்டதோடு, தமிழரையும் ஒப்புக்கொள்ளச் செய்கிறார் என்று ஏற்படுகிறது. ஓர் இன எழுச்சிக்கு இது ஆக்கம் தருமா என்று கேட்கின்றேன்.

கம்பரின் திறமை பற்றித், தோழர் சேதுப்பிள்ளை கூறுவார் பிறகு, ஆனால் அவரும் பண்டிதர்களும் கம்பரை எந்தத் திறமைக்காகப் புகழ்கின்றனரோ; அதே திறமையே, தமிழர் கெட உதவி செய்தது என்பதே எமது குற்றச்சாட்டு. கதையிலே வரும் பாத்திரங்களின் மனப்பாங்கையும் செயலையும் விளக்குவதிலே, கம்பர் மிகச் சமர்த்தர் என்றுரைக்கின்றனர். அந்த சமர்த்துத்தான், குற்றங் குறைகள் கொண்ட ஆரியத்தலைவர்களைச் சற்புத்திரர்களாக்கிக் காட்டித், தமிழரின் வணக்கத்துக்குரியோராக்கி விட்டது. எனவேதான் தமிழ் இனம், ஆரிய இனத்தலைவனைத் தேவனெனக் கொண்டது என்று நாங்கள் கூறுகிறோம்.

காடேக இராமன் கிளம்பும்போது, உடன்வரப் புறப்பட்ட சீதையுடன் வாதிடுகையில், சீதை கூறும் மொழியின் தன்மையையும்,இலக்குவன் கைகேயியை நிந்திக்கும் பகுதியையும் சீதையை இராவணன் எடுத்துச் சென்ற விதத்தையும் வால்மீகி கூறியுள்ளபடியே கம்பர் எடுத்தெழுதியிருப்பின், அந்த ஆரியப் பாத்திரங்களிடம் ஆபாசக் குணங்கள் கிடந்ததைத் தமிழர் கண்டு, அவர்களைத் தெய்வங்களென்று போற்றும் கீழ் நிலைக்கு வந்திருக்கமாட்டார்கள். கம்பரோ தமது கவித்திறமையினால், ஆரிய இராமனைக் குற்றங் குறையற்ற சற்புத்திரனாக்கிக் காட்டி, வழிபாட்டுக்குரிய தெய்வமாக்கி விட்டார்.

இராவணன் மிக்க வல்லமைசாலி, திறமையுடையோன், வேதம் பயின்றோன், சிவ பக்தன், இலங்கை சகல சுகமும் நிரம்பிய இடம் என்று வர்ணித்துவிட்டு, இவ்வளவு குணாளனும் திறமைசாலியுமான இராவணன், ஓர் ஆரிய மங்கையைக் கண்டு காமுற்றுக் கருத்தழிந்து, அறம்விட்டு அழிந்தான் என்று முடிப்பது திராவிட இனப்பெருமைக்கே ஊறு தேடுவதாகும். திராவிட இனமக்கள், நாம் எவ்வளவு ஆற்றல் படைத்திருப்பினும், கல்வி கேள்வி இருப்பினும், ஆரிய மங்கையரிடம் சபலப்பட்டுச் சஞ்சலத்துக்குள்ளாவோமா? அழிந்துபடுவோமா? என்ற சந்தேகத்தையும், மண்டோதரி எனும் பேரழகியின் நாயகனாகவும், தேவமாதரும் ஏவலராக

இருக்கும் நிலைபெற்ற சுந்தரனுமாகிய இராவணனா, சீதை எனும் ஆரிய மங்கையைக் கண்டதும் மையல் கொண்டான்! இராவணனுக்கே அந்நிலை வந்ததென்றால், நாம் தப்ப முடியுமா என்ற திகைப்பும் ஏற்படுமன்றோ! ஆற்றல் மிக்க ஓர் அரசன், ஆரிய மங்கையைக் கண்டு காமுற்றுக் கருத்தழிந்தான் என்ற கதையைப் படிப்பது, திராவிடருக்கும் ஆபத்து; ஆரியருக்கும் ஆபத்து என்றுரைப்பேன்.

கவிநயத்தைக் காட்டி, இராமகாதையிலே, வீரம் செறிந்திருக்கிறது, தியாகம் ததும்புகிறது. நட்புக்கு உதாரணம் நன்றாகக் காண்கிறோம், கற்புக்கும் காதலுக்கும் சான்றுகள் உள என்று கூறி, அவ்வின்பத்துக்காகக் கம்பராமாயணம் தேவை என்று பேசுவோர் உரைப்பார்.

நான் கூறுகிறேன், காதலுக்கும் கற்புக்கும் இராம காதையிலிருக்கும் இன்ப நுணுக்கப் பொருள்களைவிட, மிகச் சிறப்புடைத்தான பொருள்கள் நம் அக இலக்கியங்களில் உண்டு. எனவே கம்பராமாயணமழியின் காதலுக்கும் கற்புக்கும் கவிதை இராதே என்று, பண்டிதர்கள் கவலை கொள்ளத் தேவையில்லை. நட்புக் குறித்துக் கூறுவரேல், இராமனுக்கும் படகோட்டி குகனுக்கும் கண்டதும் ஏற்பட்ட நட்பு எத்தகைய சிறப்புடையது என்று வியந்து கூறுவர். வால்மீகி நூற்படி, குகன் அயோத்தி எல்லையினன், இராமனின் நண்பன் என்பது விளங்கும், கம்பன் மொழி பார்த்திடின், குகன் இராமனைக் கண்ட அன்றே நட்புக் கொண்டான் என்று கூறுகிறார். நட்பின் சிறப்புச் சாற்ற, இராமனும் குகனுமாவது கண்டதும் நட்புக்கொண்டனர். கம்பச் சித்திரத்தின் மாண்பு அது என்றால், கோப்பெரும் சோழனெனும் அரசனும் பிசிராந்தையாரும் ஒருவரையொருவர் காணாமலே – ஒருவர் பற்றி ஒருவர்– கேட்டே, மாறா நட்பினராக இருந்ததை விளக்கும் சங்கக்கவி நம்மிடமிருக்கும் மாண்பு பற்றிப் பண்டிதர்கட்கும் கவனமூட்டி, நட்பின் பெருமையைக் கம்ப இராமாயணம் ஒழிந்தால் நாடு மறந்திடாது. முன்னாள் இலக்கியமுண்டு என்று கூறுகிறேன்.

தியாகத்தைக் குறித்துக் கூறுவர். இராமன் அரசு உரிமை துறந்து காடேகினான். மர உரி தரித்து மன்னன் மைந்தன், மாலின் அவதாரம் சென்றபோது, அத்தியாக மூர்த்தியின் முகம் அன்றலர்ந்த செந்தாமரை போன்றிருந்தது. தியாகத்தின் சிறப்பு இது. கம்பனின் கவித்திறம் இது என்றுரைப்பர். அரசு போவதறிந்த இராமனின் முகங் கோணியதை வால்மீகர் கூறினார்; கம்பர் மெழுகினார், கம்பர் மொழியைக் குறை

கூறாது அங்ஙனமே கொண்டு பார்ப்பினும், அந்தத் தியாகத்தைவிட அதியற்புதமான தியாகங்கள் உள்ளன என்பதை மறக்க வேண்டாமென்று கூறுகிறேன். இராமனாவது தந்தை சொல்லால் சிற்றன்னையின் கொடுமையால் அரசு துறந்தான். இளங்கோவடிகளோ, தாமாகவே மனமுவந்து அரசு துறந்தார். இந்தத் தியாக நிகழ்ச்சியைத் தமிழனறிய ஓர் ஆரிய இளவரசனுக்கு நேரிட்ட அவதியைக் காதையாக்கிக் காட்ட வேண்டுமா என்று கேட்கிறேன். நாம் காணாத அந்நிகழ்ச்சிகள் கிடக்கட்டும். நம் காலத்திலேயே காதலுக்காக வேண்டித் தம் மணி முடியைத் துறந்த எட்வர்ட் அவர்களின் மாண்பு கண்டோமே!

காதல், கற்பு என்பன பற்றிக் கவனிப்போம்.

தனது இளமை, எழில், செல்வம் யாவற்றையும் பரத்தைக்கு ஈந்து, வறியனாகித் திரும்பிடும் கோவலனைக் கண்ணகி கண்டபோது, தனக்குற்ற இடரெல்லாம் மறந்து கோவலனிடம் கனிமொழி பேசிய அம்மாண்புடன் காட்டுக்கு வராதே என்றதும் இராமனை நோக்கிச் சீதை பேசும் மொழியுடன் ஒப்பிட்டுப் பார்த்து, கற்பின் மாண்புக்குச் சிலப்பதிகாரமிருக்கக், கம்பனின் ஆரியக் கதை வேண்டுமா என்று யோசிக்கும்படி வேண்டுகிறேன். கம்பனின் கவிதை, அதற்குப் பயன்படவில்லையே என்று கவலையுறுகிறேன்.

வீரம் செறிந்துள்ளது கம்ப இராமாயணத்திலே என்பர் புலவர். தமிழ் நாட்டவருக்கு வீரத்தை உணர்த்த ஆரிய இராமகாதையன்றி, வேறு வழி இல்லையா என்று உண்மையில் கேட்கிறேன்.

இராமனின் போரிலே வீரமிருந்ததென்று கூறினும், அது மனிதருக்குள் நடந்த போரல்ல; திருமாலின் அவதாரமாம் இராமன், மாயா அஸ்திரங்களின் வலிமை கொண்டு போரிட்டு வென்றான். இது வீரமாகாது, ஆண்டவனின் பிரபாவம் என்று கூறலாம். ஆண்டவனின் வீரத்தை வியந்துரைக்க வேண்டுமா!

தன் மனைவி சீதையை, இராவணன் எடுத்துச் சென்றான் என்று கேள்விப்பட்டதும், இராமன் செய்திருக்க வேண்டியது என்ன? எங்கே அந்த இராவணன் என்று முழக்கமிட்டு இலங்கை சென்றிருக்க வேண்டும். இராவணனை எதிர்த்தொழித்திருத்தல் வேண்டும். அதுவே வீரம், யுக்தியுடன் காரியம் செய்யவேண்டுமென்று கருதினால் உடனே அயோத்திக்கு இலக்குவனை அனுப்பித் தன் நாட்டுப் படைகளை இலங்கை

மீது படையெடுக்க அழைத்திருக்க வேண்டும். இராமனின் பாதுகைக்குப் பட்டாபிஷேகம் செய்வித்த பரதன் படை அனுப்பாதிரான். அப்படி அயோத்தியினின்றும் கிளம்பி இலங்கை சென்று போரிட்டால் ஆரிய வீரம் விளங்கியிருக்கும். அதையும் செய்யவில்லை ஆரிய இராமன். ஹிட்லருக்கு ருமேனியப் படை கிடைத்தது போல வானரப் படையைப் பெற்று, அண்ணன் தம்பி சண்டையில் புகுந்து, வானர சேனையைப் பெற்று, அதை இலங்காதிபதியின் மீது ஏவினான். இது இராஜதந்திரம் என்று கூறுங்கள், ஒப்புக் கொள்கிறேன். ஆரியதர்மம் என்றுரையுங்கள் பொருத்தமாக இருக்கும். ஆனால் இதனை வீரமென்று கூறாதீர்கள். எவரும் ஒப்பார்.

சேரன் செங்குட்டுவன், கங்கைக் கரை வரை சென்று வெற்றிக்கொடி நாட்டியதை வீரமென்று கூறுங்கள். பொருத்தமாக இருக்கும். தமிழ் இனப் புகழினை, மானிலம் அறியும். அலைகடலை அடக்கும் மரக்கலம் செலுத்தி, இராஜேந்திரன் பர்மாவை வென்றதைக் கூறுங்கள், அது வீரச்செயல். கலிங்கத்தின் மீது படையெடுத்த மன்னன் கலிங்கநாடு மலையரண் உடைத்து, வேழப்படையுடன் செல்க என்று தளபதிக்குப் பணித்ததுடன், தரைப்படை செல்லுகையில் கப்பற்படையும் செல்லட்டும் என்று பணித்ததையும் காணின், வீரம், போர்த்திறம், போர் முறையின் மாண்பு யாவும் விளங்கும். கலிங்கத்துப் பரணியிலே வீரமிருக்கிறதென்று கூறுங்கள் முறை வேறு. எந்தப் பகுதிக்காகக் கம்ப இராமாயணம் இருந்தே தீரவேண்டும் என்றுரைக்கப் போகிறீர்கள் என்று கேட்கிறேன்.

கலை, கலை என்று பேசும் அன்பர்கள், இந்நாட்டு மக்களின் நிலையுணர்ந்தனரா என்று கேட்கிறேன். 100க்கு 93 பேர் இங்குப் பாமரர். ஓய்வும், ஆர்வமும் தெரிந்து கொள்ளக்கூடிய தன்மையும் என் போன்றவர்களிடமே, தோழர் சேதுப் பிள்ளையைப் போன்றவர்கள் யாப்பு, அணி என்பவைகள் பற்றிக் கூறிடுகையில், இவர்களால் இதைத் தெரிந்து கொள்ள முடியவில்லையே என்று அயர்வர். ஓய்வின்றிப் பக்குவமின்றி, எழுத்தறிவேயின்றி உள்ள 93 பேர்களிடம், தோழர் சேதுப்பிள்ளை அவர்கள், கம்ப இராமாயணத்திலே உள்ள அணியழகு, உவமை உயர்வு கூறியா, தெளியவைப்பார்? பொதுமக்கள், இராமாயணம் என்றதும், மண்ணுக்கும் விண்ணுக்குமாக ஓங்கி வளர்ந்த அனுமனின் அடிவிழவும், ஆரியரை வணங்கவும் அறிவரேயன்றி, யாப்பும் அணியும் தெரிந்து இராமகாதை கற்பனை, அதிலே உள்ள கவித்திறனைக்

கண்டு களிப்பதே முறைமை என்றா எண்ணுகின்றனர்? நமது பண்டிதர்களாவது இன்றுவரை பொது மக்களிடம் சென்று, இத்தகைய புராண இதிகாசங்கள் புனைந்துரை கவிகளின் கற்பனை, மக்களுக்குச் சில நீதிகளைப் புகுத்தும் நூற்கள் ஒழுக்கத்துக்காகக் கருத்துக் கூறும் ஏடுகள், கோயில் கட்டிக் கும்பிட அல்ல என்று கூறினது உண்டா? கூறுவரா?

சன்யாட்சென் காலத்திலே, சீன மக்கள் பலப்பல தெய்வ வணக்கம் செய்து கிடந்தனர். சன்யாட்சென் அந்நாட்டுப் படித்தோரை அழைத்து, கடவுள்களின் பட்டியலைக் காட்டிக் கேட்டாராம், மக்களுக்கு ஒரு முழுமுதற் கடவுள் இருந்தால் போதுமல்லவா என்று, ஆமென்றனர் அறிஞர். அப்படியானால், இந்தப் பெயர் வரிசையிலே ஒன்று வைத்துக்கொண்டு மற்றவற்றைச் சிவப்புக் கோடிட்டு விடுக என்று செப்பினாராம். பிறகு, ஒன்றே தேவன் என்றனர் மக்கள். இங்கே நமது சைவ சமயத் தலைவர்கள், ஐம்பதாண்டுகளுக்கு மேலாகவே, சிறுதெய்வ வணக்கம் கூடாது; எமது சிவமொன்றே முழுமுதற் கடவுள் என்று கூறினர். பலன் என்ன? இன்றுவரை பெரியபாளையத்தம்மனுக்கு வேப்பஞ்சேலை கட்டும் வழக்கத்தைக்கூட ஒழித்தபாடில்லை!

எனவேதான், மக்களின் பொது அறிவு வளர்ந்த நாடுகளில் தெளிவு கொண்ட மக்கள் உள்ள தேயங்களில் இத்தகைய கற்பனைக் கதைகள் இருப்பினும் கவியழகை மட்டும் கண்டு, கருத்துரையிலே உள்ள ஆபாசத்தை, மூடத்தனத்தை நீக்குகின்றனர். கிரேக்க ரோமானியர்கள் இதிகாச காலக் கடவுள்களாகக் கொண்டிருந்த வீனஸ், அபாலோ முதலியனவற்றை, ஏசுவிடம் விசுவாசம் வைத்தும் விட்டொழித்தனர். பிரிட்டனிலே கிறிஸ்தவ மார்க்கம் பரவியதும், பழங்காலத்திலே வணங்கிய தார், ஓடின் எனும் தெய்வங்களை மறந்தனர். இங்கோ அன்றுதொட்டு இன்றுவரை, ஆரியக் கற்பனையான சிறு தெய்வங்களிலே ஒன்றை நீக்கவும் மக்கள் தயாரில்லை. இந்நிலை கண்டு, புலவர்கள் என் செய்தனர் என்று கேட்கிறேன். ஆரியர், தம் இனவளத்துக்காக வேண்டிப் புனைந்து கொண்டு கற்பனைகளை எல்லாம் கடவுளெனக் கொண்டுள்ள மக்களின் மதியைத் திருத்த முன்வந்தனரா என்று கேட்கிறேன்.

இராவணன் சீதையை எடுத்துச் சென்றது, காமச்செயல் என்றன்றோ இன்றும் கூறுகின்றனர்? அக்காலப் போர் முறையிலே, ஆநிரை கவர்தல், மாதரை எடுத்தல், கோட்டை

தாக்குதல் என்பன முறைகள். ஆகையால் இராமனைப் போருக்கிழுக்கத் தன் தங்கையை மானபங்கம் செய்த பின்னர்ப் போருக்கிழுக்க, அந்தச் சமயத்திலே இராமனிடம் எஞ்சியிருந்த விலை மதிக்கக்கூடிய பொருள் சீதை மட்டுமேயாகையால், சீதையை எடுத்துச் சென்றான் என்ற உண்மையை உரைக்கலாகாதா?

கலை என்ற பெயரால் எவ்வளவு இழிவுகளையும் ஓர் இனத்துக்கு உண்டாக்குவது ஆகுமா? கலையிலே சுய மரியாதைக்காரர்கள் கைவைத்தால், மக்களின் ஒழுக்கம், மதத்தின் மாண்பு கெட்டுவிடும் என்று கூறுகின்றனர். சுயமரியாதைக்காரர்கள் நாத்திகர்கள் என்று நிந்திக்கின்றனர். எங்களின் காலத்தையும் கிளர்ச்சியையும் கவனிக்க வேண்டாம். மெய்யன்பர்களும், பக்திமான்களும் தோடுடைய செவியனைப் பாடுவோரும் நிறைந்திருந்த தமிழகத்திலே, ஆலயங்களிலே உள்ள நிலைமை என்ன என்பதைப் பாருங்கள். சுயமரியாதைக்காரர்களாகிய எங்களின் வர்ணனையை நம்ப வேண்டாம். கோயில்களின் நிலைமை பற்றிக் காந்தியார் கூறியுள்ள கடுமையான மொழியையும் கவனிக்க வேண்டாம். சைவப் பெரியார் ஒருவர், ஆலய நிலைமை பற்றிக் கூறியுள்ளதைப் படிக்கின்றேன். கேளுங்கள்.

“செடி கொடிகள் முளைத்த கோபுரங்கள், இடிந்த மதில்கள், முள் முளைத்த பிரகாரங்கள், குப்பைகள் நிறைந்த மண்டபங்கள், ஆடு மாடு மேய்ந்த தளவாடங்கள், பாசி படர்ந்த தடாகம், பொரிகடலை சிந்திய படிகள், இருண்டு வௌவால்புழுக்கை நிறைந்த மண்டபங்கள், தடுக்கி விழக்கூடிய நடைபாதை, எண்ணெய் சிந்தியபடி, அது தடவிய சுவர், மினுக்கு மினுக்கெனும் தீபம், புகை நிறைந்த உள்பகுதி, தூசி விழும் தளம், நாற்றம், வீசும் தீர்த்தத் தொட்டி, புழுக்கள் உறையும் ஆவுடையார், கரப்பான் உலவும் திருமேனி, பெருச்சாளி பூனை வசிக்கும் கர்ப்பக்கிருகம், அழுக்கு அகலா மேனியும் பொடி முதலிய லாகிரி நுகரும் திருமூக்கும் வாயும் கொண்ட திருமேனி தீண்டுவார் முதலிய அநேக புனிதங்களையும் காணாமல், ஆலயம் செல்லும் ஓர் அன்பன் தன் வீட்டிற்குத் திரும்பினால், அவன் பாக்கியமே பாக்கியம்.”

இது இன்று நமது கூட்டத்திற்குத் தலைமை வகித்துள்ளவர், மைலத்தில் ஆற்றிய சொற்பொழிவின் ஓர் பகுதி. சைவப் பெரியாரின் இவ்வர்ணனையைப் படித்துக் காட்டியதன் காரணம், கலையில் நாங்கள் கைவைப்பதால் மக்களின்

ஒழுக்கமும் பண்பும் போய்விடும் என்று கூறுகிறார்களே. நாங்கள் ஏதும் செய்யாதிருக்கையிலேயே, மெய்யன்பர்கள் ஏன் இத்தகைய சீர்கேட்டை ஆலயங்களிலே புகுத்தினர் என்பதை யோசியுங்கள் என்று கேட்டுக் கொள்வதற்கேயாகும்.

இனத்தைத் தாழ்த்தும் கருத்துரைகளை நாங்கள் கண்டிக்கவே பெரியபுராணத்தையும் கண்டிக்கிறோம். அந்தப் புராணத்திலே வரும் அடியவர்களின் கதையினால் ஏற்படும் கடவுட் கருத்துரைகள் எவ்வளவு அறிவீனமாக இருக்கிறது என்பதைப் பாருங்கள். பக்திக்காக அடியவன் எதுவும் செய்வான் என்று அவன் பெருமையைக் கூறப் பெரிய புராணம் எழுதப்பட்டதென்றால், ஆண்டவன் இத்தனை கடுமையும் கொடுமையும் நிரம்பிய சோதனைகளைச் செய்தார் என்று கூறுவது, கடவுள் இலக்கணத்துக்கே இழிவைத் தராதா என்று கேட்கிறேன்? உலகிலே எந்நாட்டிலும் எந்தப் பக்திமானுக்கும் நேரிடாத சோதனை, இங்கு மட்டும் நேரிடக் காரணம் என்ன? ஆண்டவனுக்குமா இந்நாட்டினிடம் ஓரவஞ்சனை? மற்ற எங்கும் நேரிடாத நிகழ்ச்சி, துர்ப்பாக்கிய மிகுந்த இந்நாட்டில் மட்டுந்தானே நடந்திருக்கிறது. பிள்ளைக்கறி கேட்பதும், பெண்டை அனுப்பி வைக்கச் சொல்லுவதும், கண்ணைப் பறித்துக் கொடுக்கச் செய்வதுமான கடவுட் சோதனைகள், இங்கு மட்டுமே உள்ளன. காரணம் என்ன? இவைகளைப் படித்து நம்பும் மக்களின் மனப்பான்மை எவ்வளவு கெடும் என்பதைக் கண்டே, நாங்கள் பெரிய புராணத்தைக் கண்டிக்கிறோம். இத்தகைய புராணங்களால் மக்களின் அறிவு பாழ்படுவதைக் கண்டே நாங்கள் அப்புராணங்களைக் கண்டிக்கிறோம். எனவே கலை, இடம், இனம், காலம் என்பனவற்றிற்கே ஊறு, ஆரியக் கலை வேறு, ஆரியக் கலை நம்பொணாக் கருத்துக்களும் ஆபாசமும் நிரம்பியதுடன், திராவிட இனத்தை அடக்கவும் பண்பை அழிக்கவும் பயன்பட்டுப் பாமரரின் மனத்தைப் பாழாக்குகிறது என்ற குற்றச்சாட்டுகளைக் கூறிக் கம்பராமாயணத்தையும் பெரிய புராணத்தையும் கண்டிக்கிறோம். கொளுத்துக என்று கூறுகிறோம். இவைகட்குச் சேதுப்பிள்ளை சமாதானம் கூறியபின், எனது மறுப்புரை கூறும் சந்தர்ப்பம் கிடைக்குமென்று நம்புகிறேன். பண்டிதர்கள் எங்களைப் பற்றித் தவறாக எண்ணி வருவது சரியல்ல. அவர்களுக்கு நாங்களே துணை, எமக்கு அவர்கள் அரண். நம்மிருவருக்குள் பகைமூட்டி, இராமன் மரத்தின் மறைவிலிருந்து அம்பு எய்தது போலச் செய்ய, ஒரு கூட்டம் காத்துக் கொண்டிருக்கிறது என்பதைக் கவனமூட்ட

விரும்புகிறேன். மக்களிடம் இத்தகைய புராணங்கள் கற்பனை என்பதை எடுத்துரைக்காது அவர்கள் மனப்பாங்கைக் கெடுப்பதன் பலனாக, மக்களின் நிலை கெட்டு விட்டது. திருமூலர் வேறோர் விஷயத்துக்காக கூறினார். குருட்டினை நீக்குங் குருவினைக் கொள்ளாது, குருட்டுக் குருவைக் கொண்டு, குருடுங் குருடுங் குருட்டாட்டமாடிக் குருட்டில் வீழ்ந்தனர் என்றுரைத்தார். நமது மக்களின் நிலைமை அதுவாக இருப்பதை உணருங்கள்" என்று பேசி முடித்தார்.

2. உயர்திரு ரா.பி. சேதுப்பிள்ளை அவர்களின் மறுப்பு

"தோழர் அண்ணாதுரை அவர்களின் பொருளாழமும், சொற்சுவையும் பொருந்திய நீண்ட பிரசங்கத்தைக் கேட்டு இன்புற்றீர்கள். அவர் போன்ற பெரியார்களிடம் விவாதிப்பது மிக இன்பமானதாகும். ஆனால் அவர் மிக நீண்ட நேரம், 1–30 மணி நேரத்திற்கு மேலாகப் பேசினார். தமது வாதம் வலிமையற்றதானதால், பொய்யை மெய்போலாக்க இவ்வளவு நேரம் பேச வேண்டி நேரிட்டதோ என்று ஐயுறுகிறேன். நான் நீண்ட நேரம் பேசப்போவதில்லை. பத்து நிமிடங்கள் பேசுவேன். உங்கள் பொறுமையைச் சோதிக்கும் எண்ணமுடையேனல்லன்.

நண்பரவர்கள் பழந்தமிழ் நூற்களை எடுத்துக் கூறினார். கண்ணகியை என் மரபினர் என்று பெருமிதத்தோடு கூறினார். கோப்பெருஞ் சோழனுக்கும், பிசிராந்தையாருக்கும் இருந்த நட்புப் பற்றி நன்றாக உரைத்தார். அவருடைய நீண்ட வாதத்தை நான் மறுக்க முன்வந்துள்ளேன். இராமாயணம் ஆரிய திராவிடப் போராட்டக் காதை என்று வடநாட்டிலுள்ள ஒரு பண்டித ஜவஹரும், தென்னாட்டுச் சுந்தரம்பிள்ளையும், இடையே உள்ள வி.பி. சுப்பிரமணிய முதலியாரும் கூறினர் என்று கூறினார். நெற்றிக்கண்ணைக் காட்டினாலும் குற்றம் குற்றமே என்று கூறிய நக்கீரர் பரம்பரையல்லவா இவர்! இவர், நான் கூறுகிறேன், இது என் கருத்து என்று கூறினால் பொருந்தும், வடநாட்டு ஜவஹரின் ஆதாரத்தைக் காட்டுவானேன்?

இராவணன், திராவிடன் என்று அவர்கள் கூறினார்கள். திராவிடன் என்ற சொல், ஆன்றோர் கூறினதல்ல திருஞான சம்பந்தரும், ஆரியன் கண்டாய், தமிழன் கண்டாய், என்றோ கூறினார்? திராவிடம் என்பதும் தமிழின் சிதைவு மொழியே

என்பாருமுளர். இராவணன் திராவிடன் – தமிழன் என்பதை, நான் மறுக்கிறேன். இராவணனுடைய குணங்களை, அவர்கள் நன்றாக எடுத்துரைத்தார்கள். இராவணன் திறமைசாலி, கல்விமான், சிவபக்தன், ஆற்றல் மிக்கவன் என்று அவர்கள் சொன்னார்கள். இராவணனிடம், அவர் கூறிய அவ்வளவு குணங்களும் இருந்தன. ஆனால் ஒன்று இல்லை, அவன் அழிவுக்கு அதுவே காரணம். அது அவனிடமும் இல்லை. அவனாண்ட நாட்டிலும் இல்லை. இதனைக் கம்பர் அழகுறக் கூறுகிறார். இரக்கமென்ற ஒரு பொருளிலா அரக்கன் – என்றுரைத்தார். இராவணனிடம் எல்லாமிருந்தது. இரக்கம் ஒன்றுதான் இல்லை. அது ஒன்று மட்டும் இருந்திருப்பின், அவனை அழித்திருக்கவே முடியாது. இரக்கமற்ற நெஞ்சினனான இராவணனைத் தன்மரபு என்று கூறுகிறாரே இவர்! தமிழர் இரக்கமற்ற நெஞ்சினரா என்று கேட்கிறேன். இராவணன் சிவபக்தனாக இருந்தும், கைலை மலையைத் தான் வழிபடும் சிவபெருமான் இருப்பிடமெனத் தெரிந்தும், மலையையே பெயர்த்தெடுத்தான். இவனா சிவபக்தன்? பின்னர் வேதம் பாடினான். என்ன வேதம்? சாமவேதம் பாடிச், சிவபிரானிடம் யாவரையும் கொல்ல நீண்ட வாளும் பெற்றான். இராவணன் தமிழனன்று; அவன் பேசியது ஆரியம். சீதையைத் தேடிச் சென்ற சொற்செல்வன் அனுமன், அசோகவனத்திலே சீதையைக் கண்டு, மரக்கிளையிலமர்ந்து யோசித்தான். எம்மொழியிற் பேசுவது என்று, ஆரிய மொழியிலே பேசினால், இராவணன் தெரிந்து கொள்வானே என்று கம்பர் கூறுகிறார். இராவணன் மாறுவேடம் எடுப்பவனாயிற்றே, அவனே குரங்குபோல் வந்தானோ என்று சீதை சந்தேகித்தால் என்ன செய்வது என்று எண்ணியே, அனுமன் வடமொழி பேசவில்லை என்றார் கம்பர். இராவணன் பேசியது ஆரியமொழி. நண்பர் அண்ணாதுரை அவர்கள் கூறினாரே தேவபாடை என்று, அதுதான். மேலும், இராவணன், என்ன மரபு என்பது குறித்துப் பார்க்குங்கால், அவன் புலஸ்தியன் மரபு என்றார் கவி. புலஸ்தியன் ஆரியன். ஆகவே, இராவணன் ஆரியனே? இராவணனைக் கொன்றதால் இராமனுக்குப் பிரம்மஹத்தி வந்ததென்றும், அதைப் போக்கவே இராமன் சிவலிங்க பூஜை செய்தானென்றும் தேவாரம் செப்புகின்றது. இராவணன் பிராமணனில்லை என்றால், பிரம்மஹத்தி எங்ஙனம் வரும்? ஆகவே, நான் நண்பரின் வாதத்தை மறுக்கிறேன்.

கம்பனின் காலம், தமிழ்நாடு சீர்குலைந்திருந்த காலம், எனவே அவர் மக்களுக்குப் பெருமையை உணர்த்த, ஓர்

நூல் இயற்றக் கருதினார். எல்லா மக்கட்கும் தெரிந்த ஓர் கதையை எடுத்து, அதிலே தமிழ் நாட்டுக் கலைச் செல்வத்தை அமைத்தார்.

கம்பரின் கவியால், சீதை நமக்கு ஓர் தமிழ் மங்கையாகவே தென்படுவது காண்போம். இராமன் வில் முறித்துச் சீதையை மணந்தான் என்கிறார் வால்மீகி. கம்பனோ தமிழருக்கு காதல் மணத்தைக் கூறலே சிறப்புடைத்து என்று எண்ணினார். அவர்கள் கூறியதுபோல அகப்பொருள் தோன்றிய நாடு தமிழ்நாடு. காதல் இன்றேல் சாதல் என்பதை நாட்டிய நாடு இது. எனவே இராமனும் சீதையும் ஒருவரை ஒருவர் கண்டு காதலித்தனர் என்று கூறுகிறார். "அண்ணலும் நோக்கினான் அவளும் நோக்கினாள்" என்றார் கம்பர். கண்ணைக் கண் கௌவிற்று என்று கூறுகிறார். இங்கு நாம், தமிழ்நாட்டு மாண்பு காண்கிறோம்.

கண்ணகி குறித்து அவர்கள் சொன்னார்கள், சிலப்பதிகாரத்தின் செம்மையைச் சொன்னார்கள். பத்தினியின் பெருமையை உணர்ந்த கம்பர், கண்ணகி பற்றி இளங்கோ கூறிய கற்பின் மாட்சிமைகள் ததும்பச் சீதையைச் சித்திரிக்கிறார். கம்பரின் சித்திரத்திலே, கண்ணகி எனும் தமிழ் நாட்டுப் பத்தினியின் உருவைக் காண்கிறோம். எனவே, தமிழருக்குக் கம்ப இராமாயணம் செல்வம் போன்றதாகும். குற்றங்குறையுடைய ஆரிய பாத்திரங்களைக் கம்பர் தீட்டுகையில், பூசி மெழுகினார் என்று என் நண்பர் உரைத்தார். சிறியோர் செய்த சிறு பிழை பொறுத்தல் பெரியோர் கடன். கம்பரின் பெருந்தன்மையை அது காட்டுகிறது. இராவணனிடம் வீரமும் மானமும் இருந்தது. இரக்கமில்லை. எனவே, ஆணவத்தால் அழிந்தான். நீண்ட நேரம் பேச முடியாமைக்கு வருந்துகிறேன். மற்றோர் முறை இவ்விஷயமாக குறித்துப் பேசுவேன். இராவணனைத் திராவிடன் என்பதை நான் மறுக்கிறேன்."

3. உயர்திரு. ஈழத்தடிகள் பேச்சு

"இங்கு உரையாடுவதற்காக எடுத்துக் கொண்ட பொருள் பற்றிச் சிறிது விரிவாகவும் விளக்கமாகவும் பேச வேண்டுமென்று எண்ணியிருந்தேன், ஆனால் தலைவர் அவர்கள், காலங் கடந்துவிட்டதால், 5 நிமிடங்களுக்கு மேல் பேச்சை வளர்க்க வேண்டாமென்று கட்டளையிட்டு விட்டார்கள். எனவே இந்தச்

சுருங்கிய கால எல்லைக்குள், இப்போது எடுத்துக்கொண்ட பொருளை உங்கள் மனதில் படியும்படி விளக்கமாகப் பேசமுடியாமற் போனதை, வருத்தத்துடன் தெரிவித்துக் கொள்கிறேன்.

தோழர்களே! சுயமரியாதைக்காரர்களாகிய நாங்கள் இப்போது எடுத்துக்கொண்ட இக்கிளர்ச்சியை, மிக விரைவில் அடக்கிவிட வேண்டுமென்ற ஒரு கொதிப்பு, சில தமிழ்ப் புலவரிடம் தோன்றி இருக்கிறது. பல பத்திரிகைகள், இக்கிளர்ச்சியைப் பற்றிக் கண்டனங்கள் தீட்ட ஆரம்பித்து விட்டன. பண்டிதமணிகள் பலரிடையே, பதைப்பும் பதட்டமும் தாண்டவமாடுவதைக் காண்கிறோம். இதற்குக் காரணம் என்ன? மனுஸ்மிருதியையும், இராமாயணத்தையும் ஒழிக்க வேண்டுமென்று பல ஆண்டுகளாகவே சுயமரியாதைக்காரர்கள் கிளர்ச்சி செய்து வருகிறார்கள். இது நமது பண்டிதர்களுக்குத் தெரிந்ததுதானே! தெரிந்தும் இவ்வளவு காலமும் வாளா இருந்த புலவர் மணிகள், இக்கிளர்ச்சியை மிக விரைவில் அடக்கிவிட வேண்டுமென்று இப்போது முனைந்து நிற்பதற்குக் காரணம் என்னவென்றால், மனுஸ்மிருதி, இராமாயணம் ஆகியவற்றோடு உடன் வைத்து ஒழிக்கப்படவேண்டிய இன்னொன்றையும் இப்போது சேர்த்திருக்கிறோம். அதுதான், அவர்களால் உயிரென மதித்துக் காப்பாற்றப்படும் பெரிய புராணம் என்னும் நூலாகும். கம்ப இராமாயணம் வைணவ நூல், பெரிய புராணம் சைவ நூல். கம்ப இராமாயணத்தின் மீது குற்றம் சாட்டப்பட்ட காலத்தில், சைவப் புலவர்கள், அதனை வரவேற்றனர். ஆனால் சைவர்களின் நூலான பெரிய புராணத்தில் உள்ள குற்றங்களை எடுத்துக் காட்டத் துவங்கியதும், அன்புக்கும் இரக்கத்துக்கும் அடிப்படையாக உள்ளது சைவம் ஒன்றுதான் என்று சொல்லிக்கொள்ளும் அந்தச் சைவப் பெருந்தகைப் புலவர் குழாங்கள், எம்மீது சீறிச் சினந்து சரந்தொடுக்க முற்பட்டுவிட்டனர். எனவே, இவர்களின் இச்சீற்றம், பொதுநலம் விரும்பாத போலிகளின் செயலோடொத்த ஓர் ஒழுங்கற்ற தன்னலக் கூச்சல் என்பது எடுத்துக் கூறாமலே நீங்கள் அனைவரும் தெரிந்துகொள்ளக் கூடியதாகையால், இன்னும் விரிவாக இதைப்பற்றி உங்களுக்கு விளக்க வேண்டியதில்லை.

தோழர் சேதுப்பிள்ளை அவர்கள் கூறிய பொருந்தாக் கூற்றுகளுக்கெல்லாம் தக்க விடையிறுக்க வேண்டிய பொறுப்புத் தோழர் அண்ணாதுரை அவர்களுக்கே உரியதாகையால், நான்

அவற்றிற்கெல்லாம் விடைகூற முற்படுவது முறையாகாது. எனக்களிக்கப்பட்டிருக்கும் கால எல்லையும் அதற்கு இடந்தராது என்றாலும், ஒன்று மட்டும் கூறி முடிக்கிறேன்.

தோழர் சேதுப்பிள்ளை அவர்கள், இராவணனை ஓர் ஆரியன் என்று இப்பொழுது குறிப்பிட்டார்கள். தோழர் சேதுப்பிள்ளை அவர்கள் சுமார் 20 ஆண்டுகளுக்கு மேலாகவே இராமாயண நூலை ஆராய்ச்சி செய்து பல சொற்பொழிவுகள் செய்து வருவதோடு, அது பற்றிய பல கட்டுரைகளும் எழுதி வருவதை நான் நேரில் பார்த்தும் படித்துமிருக்கிறேன். ஆனால் இராவணனும் ஓர் ஆரியன்தான் என்ற தமது நுண்ணிய ஆராய்ச்சியை இன்று இந்த மண்டபத்தில் பேச வருவதற்குமுன் ஒருபோதும் அவர் நிலைநாட்டியதாகத் தெரியவில்லை. அவர் மட்டுமல்ல, அவரொத்த எந்தத் தமிழ்ப் புலவரும் இந்தக் கருத்தை வெளியிட்டதும் கிடையாது.

எனவே, தோழர் சேதுப்பிள்ளை அவர்கள் இப்பொழுது திராவிட மன்னனான இராவணனை ஓர் ஆரியனாகக் கூறுவது, ஆராய்ச்சிக்கும் அறிவுக்கும் பொருந்தாக் கூற்றே என்பது எனது கருத்தாகும், என்றாலும், இராவணனும் ஓர் ஆரியன்தான் என்று சொல்லப்படும் இப்போதைய கூற்றுக்கும், தோழர் சேதுப்பிள்ளை அவர்களோ, இன்னும் மற்றுமுள்ள புலவர் குழாங்களோ, தக்க ஆதாரம் காட்டுவார்களானால் ஒரு தமிழ்ப் புலவனாகிய கம்பன், இரண்டு ஆரிய மன்னர்களின் கதையைப் பாடியது திராவிட மக்களை இன்னும் அதிகமாக இழிவு படுத்தியதாகும் என்று மேலும் கம்பனைக் காய்ந்து, அத்தகைய கலப்பற்ற ஆரியக் கதைகளாகிய இராமாயணத்தை இவ்வளவு காலமும் கொளுத்தாமல் இருந்தது எங்களுடைய பெருந்தவறென்று கருதி, அதனை உடனே தீயிலிடும் வேலையைத் துரிதமாகச் செய்வோம் என்பதையும், தெரிவித்துக்கொள்கிறேன். ஆனால் நெறிமுறைக்கு மாறுபடாத முறையில் நின்று அரசோச்சிய இராவணனுடைய நற்பண்புகளை, அறிவுடைய உலகம் ஒருபோதும் மறுக்காது, மறக்கவும் மாட்டாது என்பதையும் ஈண்டு நினைவூட்டுகிறேன்.

பெரிய புராணத்தைப் பற்றித் தோழர் சேதுப்பிள்ளை அவர்கள் ஒன்றுமே பேசவில்லையாகையால், பெரிய புராணத்தின்மீது நாம் சாட்டும் குற்றங்களை அவர் ஒப்புக்கொண்டதாகவே, முடிவு செய்யப்படும். என்றாலும், நாங்கள் இந்நூல்களுக்குக் கூறும் குற்றச்சாட்டுகள்

தவறுதான் என்று எடுத்துக்காட்ட வழி இருந்தாலோ, அன்றி வகையிருந்தாலோ, அதற்கும் நாங்கள் தக்க விடையிறுக்கத் தயாராய் இருக்கிறோம். ஒரு திங்கள் அல்ல, இரண்டு மூன்று திங்கள் வேண்டுமானாலும் காலம் தருகிறோம். உங்களுடைய வழக்கை நாங்கள் பொறுமையோடு கேட்டு, அறிவுக்குப் பொருந்திய முறையில் விடையிறுத்து, அதன் பின்னரே, இந்நூல்களைக் கொளுத்துவோம். எனவே, உங்கள் வழக்குக்கு நீண்டநாள் தள்ளிப் போடாமல், விரைவில் ஆவன செய்யுங்கள்" என்பதாகப் பேசி முடித்தார்.

அதன் பின்னர், சட்டக்கல்லூரி மாணவர்களில் ஒருவராகிய தோழர் சீனிவாசன் என்பவர், "ஆரியர்களுக்கும் திராவிடருக்கும் முற்பட்ட காலத்திலிருந்தே இரத்தக் கலப்பு ஏற்பட்டு விட்டதாகையால், இப்போது ஆரியர் திராவிடர் என்று பேசுவது முறையாகா"தென்று பேசவே,

கூட்டத்தில் இருந்தவர்கள், அவர் பேசுவது ஆதாரமற்ற கூற்றென்று கூறச் சிறிது கலவரமுண்டாயிற்று. உடனே தோழர் சீனிவாசன் அவர்கள் தம்முடைய பேச்சை நிறுத்திக்கொண்டு விட்டார்.

4. உயர்திரு அண்ணாதுரை அவர்கள் பதில் மறுப்பு

"தோழர்களே, தோழர் சேதுப்பிள்ளை அவர்கள் உடல்நலம் சரியில்லை என்று என்னிடம் கூறிவிட்டு விடைபெற்றுக் கொண்டு போய் விட்டார்கள். எனவே, விரிவான பதில் கூறவில்லை. மேலும் அவர் நான் எடுத்துக்காட்டிய கலை இயல்பு, இன இயல்பு, ஆரியக் கலையால் தமிழர் கெட்டது முதலியவற்றுக்கு ஏதும் பதில் கூறாது சிக்கலை அவிழ்க்க முடியாதபோது கயிற்றை அறுத்துவிடு என்பதுபோல், இராவணனை ஆரியன் என்றே கூறினார்கள். அது வாதமுமல்ல, ஆதாரமும் கிடையாது. அது அவர் மனத்துணிவுரை. வாதத்திலிருந்து நழுவவே, இங்ஙனம் செய்தார். பண்டித ஜவஹரின் ஆதாரத்தை நான் காட்டுவதா என்று கேட்டார். அதிலுள்ள அரசியல் நையாண்டியை நீங்களறிவீர்கள். பண்டித ஜவஹரின் அரசியல் கருத்துக்கு மாறுபாடுடையவன் நான். எனவே, அதைக் கூறுவதா என்று கேட்கிறார். பண்டித ஜவஹரைப் பிரியமாகக் கருதும் தோழர்கள் சிலர்

இங்கிருப்பார்கள். அவர்களுக்கு அந்த ஆதாரம் திருப்தி தரும் என்பதற்கே நான் அதை உரைத்தேன். மேலும் ஆதாரம் தேவையானால் பல உண்டு. தத், ரகோசினி, அபீடியூபாய் என்று எத்தனையோ கூறலாம். இராவணன் வடமொழி பேசினான். ஆகவே, ஆரியன் என்றுரைப்பது பொருந்தாது. ஆங்கிலம் பேசும் தமிழர், ஆங்கிலக்காரர். இன்றும் வடமொழியறிந்த தமிழர் உளர். அவர்கள் ஆரியரா? சென்னைப் பச்சையப்பன் கல்லூரியிலே, சமஸ்கிருத பண்டிதராக உள்ளவர் ஓர் தமிழர். இராவணனும் வடமொழி தெரிந்ததால் ஆரியனல்லன். பிள்ளை அவர்கள் ஆரியரின் குறைகளை நிறைவாக்கியது கம்பனின் பெருந்தன்மை என்றார். மாற்றுக் குறைந்த உலோகத்தைப் பொன் மெருகிட்டு ஏய்ப்பது, சட்டப்படி குற்றமாகும். அதுபோலவே, ஆரியக் கற்பனைகளைத் தமிழ்க்கலை எனும் நகாசு வேலை செய்தது, தமிழருக்குக் கம்பர் செய்த கேடு என்பேன். கண்ணகியின் மாண்பைக் கம்பன் சீதையைத் தீட்டுவதிலே காண்கிறோம் என்கிறார். கண்ணகி குறித்த ஏடு இருக்க, இது ஏன்? என்று கேட்கிறேன். அவர், என் உரையிலே குறித்த பல விஷயங்களை மறுத்துரைக்காது, இராவணன் ஆரியன் என்று ஆதாரமற்ற சொல் கூறி, வாதத்திலிருந்து தப்ப முயன்றது காண வருந்துகிறேன். மன்றத்தினர் இதனை உணரவேண்டுகிறேன்" என்று பேசினார்.

தலைவர் சி.எம்.இராமச்சந்திரஞ் செட்டியாரவர்கள், "விவாதத்திலே இருவரும் அழகுறப் பேசினர். இனியும் பேசுவர் என்று நம்புகிறேன். எனவே, பிறகே என் கருத்தைக் கூற விரும்புகிறேன். இப்போது இது குறித்து ஒன்றும் கூறவில்லை. விவதாம் மிக மேலான முறையில் இருந்தது கண்டு மகிழ்ந்தேன்" என்று பேசினார்.

அமைச்சரின் வந்தனங் கூறலுடன், கூட்டம் இனிது முடிந்தது.

தீ பரவட்டும்! - II

14-3-43 மாலை 6:00 மணிக்குச் சேலம் செவ்வாய்ப்பேட்டைத் தேவாங்க பாடசாலை மண்டபத்தில், கம்ப இராமாயணம், பெரிய புராணம் ஆகியவை ஒழிக்கப்பட வேண்டுமா, வேண்டாமா என்பது பற்றிய சொற்போர், பெரியதோர் கூட்டத்தினர் முன்னிலையில் நடைபெற்றது.

மேற்படி ஏடுகள் ஒழிக்கப்பட வேண்டும் என்று "திராவிட நாடு" ஆசிரியர் சி.என். அண்ணாதுரை பேசினார். ஒழிக்க வேண்டாம் என்பது பற்றிப் பேராசிரியர் நாவலர் எஸ்.சோமசுந்தர பாரதியார் சொற்பொழிவாற்றினார்.

சேலம் கல்லூரித் தலைமைப் பேராசிரியர் தோழர் ஏ. இராமசாமி அவர்கள் தலைமை வகித்தார்.

மேற்படி சொற்போர் எக்கட்சிக் கழகச் சார்பிலுமின்றிப் பொதுவான முறையிலே நடத்தப்பட்டதுடன், சொற்போரின் போக்கும் மிகக் கண்ணியமான முறையிலே இருந்தது.

தலைமையுரை

தலைமை வகித்த தோழர் ஏ. இராமசாமி அவர்கள் பேசியதாவது:

"தாய்மார்களே, நண்பர்களே! இன்று நமக்கெல்லாம் ஓர் அரிய விருந்து. கம்ப இராமாயணம், பெரிய புராணம் ஆகியவைகள் ஒழிக்கப்பட வேண்டுமா, வேண்டாமா என்பது பற்றி, இரு தமிழ்நாட்டுத் தலைவர்கள் சொற்பொழிவாற்றப் போகின்றனர். இரு தலைவர்களும் அறிவாளிகள்; பொது மக்கட் பணியாற்றுபவர்கள். இவர்களை அறியாதார் அறியாதாரே!

எனவே, இவ்விருவரின் சொற்போர் சுவையுள்ளதாகவும், பயன் தருவதாகவும், மேலான முறையினதாகவும் இருக்கும். நீங்கள் காய்தல் உவத்தலின்றி, இருவரின் சொற்பொழிவுகளையும் கேட்க வேண்டுகிறேன். கடைசியில் நான் என் கருத்தைக் கூறுவேன். முதலிலே தோழர் அண்ணாதுரையைப் பேசும்படி நான் அழைக்கிறேன்."

5. உயர்திரு அண்ணாதுரை அவர்கள் பேச்சு

தலைவர் அவர்களே! தோழர்களே! இரண்டு தலைவர்கள் இன்று இங்கு வந்துள்ளனர் என்று, கூட்டத் தலைவர் கூறினார். இங்கு வந்திருப்பது ஓர் தலைவரும் அவருடைய ஓர் தொண்டனுமேயாகும். நடைபெறப் போவதும் சொற்போர் என்று நான் கருதவில்லை. தலைவர் பாரதியார் அவர்களின் தொண்டனாகிய நான், அவர் தூவிய உணர்ச்சி எனும் வித்தால் விளைந்த கருத்தை, அவரிடம் காட்டுவதே இன்று நடைபெறப் போகும் நிகழ்ச்சியாகும்.

சேலத்திலே இந்த நிகழ்ச்சி நடைபெறப் போகிறது, நீ வரவேண்டும் என்று எனக்கு அன்பழைப்பு வந்தபோது, பத்திரிகைகளிலே நான் இரண்டு செய்திகள் கண்டேன். ஒன்று, சின்னாட்களில் சேலத்தில் இலக்கியப் பாதுகாப்பு மாநாடொன்று நடத்தப் போவதாக ஓர் அறிக்கையும், நாங்கள் புராண ஒழிப்புக் கிளர்ச்சி செய்வது 'பாபம்' என்று ஓர் எச்சரிக்கையுங் கண்டேன். எமது செயலைப் பாரதியார் பாபம் என்று கருதமாட்டார் என்பது எனக்குத் தெரியும். பாபம், புண்ணியம் என்பவைகளுக்கு அவர் கொண்டுள்ள கருத்தை நானறிவேன். மற்றோர் செய்தி என்னெனில் மின்சார வாய்வேகம் படைத்த ஓர் அமெரிக்க தூதர் பிரிட்டனிலே பேசுகையில், அமெரிக்கா, ரஷியாவுக்கு அனுப்பிய உதவிகளைப் பற்றி, ரஷியா வாய் திறக்கவேயில்லை என்று புகார் செய்தார். நேச நாடுகளிடையே பேதமூட்டவேண்டுமென்ற அச்சுப்பிரசாரகர்களுக்கு இது ஓர் சந்தர்ப்பமாகி விட்டது.

அது போல் பாரதியாருக்கும் சுயமரியாதைக்காரர்களுக்கும் பேதமூட்ட, ஆரிய அச்சு, இச்சொற்போரைப் பயன்படுத்திக் கொள்ளுமோ என்று அஞ்சினேன். ஆனால் அதே பத்திரிகையில், மாஸ்கோ ரேடியோ, ரஷியா, அமெரிக்காவிடமிருந்து பெற்ற உதவிகளின் அட்டவணையைத் தெரிவித்து, அச்சுப் பிரசாரத்தின் முயற்சியை முறியடித்த செய்தியைக் கண்டேன்.

அதுபோன்றே இன்று, தலைவர் பாரதியாரால் தமிழரும் தமிழ்நாடும் தன்னுணர்வாளரும் பெற்ற உதவி, ஆக்கம், எழுச்சிகளை நான் மறக்கவில்லை என்பதைக் கூறுவதுடன், எமக்குள் பேதமூட்ட ஆரியர் முனைந்தால் ஏமாறுவர் என்பதையும் எடுத்துரைப்பதுடன், எம்மைப் பிரிக்க முடியாதென்றும் உறுதியாகக் கூறுகிறேன்.

கட்டாய இந்தியை எதிர்த்துப் போராடிய காலத்திலே, நெறித்த புருவமும், கொதித்த இரத்தமும், துடித்த நெஞ்சும் முறுக்கேறிய மீசையும் இன்று ஆரியத்துக்குத் துணை போகாது என்பதை நானறிவேன். ஆகையால் இன்று நடைபெறும் சொற் போர் என்பது, மேலான முறையிலேயே மட்டுமல்ல; நேச முறையிலேயே நடைபெறும்.

கம்ப இராமாயணம், பெரிய புராணம் ஆகியவைகள் ஒழிக்கப்பட வேண்டும் என்று சுயமரியாதைக்காரராகிய நாங்கள் சொல்லி வருகிறோம். தக்க காரணங்களைக் காட்டி, மேற்படி நூற்கள் கற்பனைக் கதைகள், ஆரிய மார்க்கத்தைப் புகுத்தும் கருவிகள், ஆரியர்களை மேன்மைப்படுத்தவும், தமிழரை இழிவுபடுத்தவும், அடிமைப்படுத்தவும் அவை பயன்படுகின்றன. எனவே, தமிழரின் நெறி, வாழ்வு, தன்னரசு ஆகியவற்றிலே அக்கறை கொண்ட நாம், இந்நூற்களால் தமிழரின் வாழ்வும் நெறியும் அரசும், மானமும் கெடுவதால், அவைகளை ஒழிப்போம் தீயிலிடுவோம் என்று கூறுகிறோம். கூடாது என்று கூறப் பாரதியார் வந்திருக்கிறார். ஆனால் இத்தகைய உணர்ச்சியை நாங்கள் பெற்றதே, அவர் போன்றாரின் அறிவுரைகளைக் கேட்டதினால்தான்.

தமிழர், தனி இனத்தவர் பன்னெடுங்காலம் பண்புடன் வாழ்ந்து, பாரோர் புகழ வாழ்ந்து, கலைச் செல்வங்களைக் கண்டவர், இந்தியா எனும் உபகண்டத்திலே பல இனங்கள், தத்தம் கலைகளுடன் உள்ளன. தமிழ் இனத்துக்குத் தனிக்கலை ஒன்று உண்டு. வெவ்வேறாகவும், தனித்தனியாகவும், தனிப்பண்புகளுடன் விளங்கி வந்த ஆரிய திராவிடக் கலைகள் கலக்க நேரிட்டது, ஓர் பெரும் கேடாக முடிந்தது. அத்தகைய கலப்பு நூற்களே, கம்ப இராமாயணமும், பெரிய புராணமும் தமிழனுக்குத் தனிக்கலை உண்டென்றேன். சங்கநூற்கள் அக்கலைச் செல்வத்தைக் காட்டுகின்றன. தனியான கலையுடன் தனியான வாழ்வும், தனியரசும் பெற்று வாழ்ந்த தமிழர், பின்னர் தாழ்ச்சியுற்றுத் தன்மானம் இழந்து தன்னரசு இழந்ததற்குக் காரணம், கம்ப இராமாயணம், பெரிய

புராணம் போன்ற ஆரியக் கற்பனைகளை உள்ளடங்கிய கலப்புக்கலையைத் தம் தலைமேற் கொண்டதனால்தான் என்று நாங்கள் உறுதியாக நம்புகிறோம். இராமாயணம் என்பதே ஆரிய திராவிடக் கலைப்போராட்டம் என்று பல்வேறு அறிஞர்கள் கூறியிருப்பதையும், ஆதாரங்கள் காட்டுவதையும் நீங்கள் அறிவீர்கள். எனவே, தமிழரின் தனிச்சிறப்புகளைக் கெடுத்த நூற்கள் ஒழிக்கப்பட்டுத் தமிழன் தனி இனம், தனிப்பண்பு படைத்தவன், தனிக் கலையுடையவன், தனியரசு கேட்பவன் என்பதை வலியுறுத்திப் பெறவேண்டும். தமிழன் இழந்துவிட்ட தன்மானத்தையும் தன்னரசையும் பெற இதுவே தக்கவழி. இரண்டாண்டுக் காலத்திலே இஸ்லாமியர், தனிநாடு கேட்கும் கிளர்ச்சியைப் பலப்படுத்திவிட்டனர். தமிழன் முயற்சியோ சீர்திருத்தக் கிளர்ச்சியோ, பயன்தரக் காணோம். சுயமரியாதைக்காரர்களின் சீர்திருத்த முயற்சிகளை, ஆரியம் கெடுத்துக் குலைத்து வருகிறது. இஸ்லாமியர் இரண்டாண்டிலே இவ்வளவு வலிமை பெற்றுத் தனி அரசு கேட்பதன் காரணம், அவர்கள் ஏற்கனவே, தனிக்கலை, தனிநெறி கொண்டு, இந்துக்கள் என்பவரின் நெறி, கலை ஆகியவை வேறு, தமதல்ல என்பதைத் தெரிந்து வாழ்ந்து வருவதனால்தான். தமிழரோ, ஆரிய மார்க்கத்தையும் கலையையும் தமக்கெனக் கருதிக்கொண்டு, ஆரியக் கற்பனைகளைத் தமிழ்க் கலையிலே கலக்கிக் கொண்டதனாலேயே இன்று, தமிழர் என்ற தனி உரிமைக்கோ, தன்மானத்துக்கோ, தன்னரசுக்கோ, போரிட முடியாத நிலை பெற்றனர். எனவே, தமிழரும் இஸ்லாமியர் போலவே, தங்களின் தனிக் கலையைப் போற்றிப் பிற இனக்கலையை ஒழித்து வாழ்ந்தால்தான் சுயமரியாதையுடன் வாழ முடியும். ஆகவேதான் கம்ப இராமாயணம் பெரிய புராணமாகிய ஆரியநெறி கூறும் ஏடுகள், பொசுக்கப்பட வேண்டும் என்று கூறுகிறோம்.

கம்ப இராமாயணத்திலே, எந்தச் சருக்கத்திலே எத்தனையாவது பாடலிலே தமிழர் இழிவுபடுத்தப்பட்டு, ஆரியர் உயர்த்தப்பட்டு எழுதப்பட்டிருக்கின்றனர் படித்துக் காட்டுங்கள் கேட்போம் என்று பண்டிதர்கள் கேட்கின்றனர். கம்ப இராமாயணத்திலே, இன்ன பாட்டினால் தமிழன் இழிவுபடுத்தப்படுகிறான்; ஆரியன் உயர்த்தப்படுகிறான் என்று நாங்கள் சொன்னதுமில்லை. அது அவசியமுமில்லை. அந்த ஆராய்ச்சியிலல்ல நாங்கள் ஈடுபட்டிருப்பது கம்ப இராமாயணத்தின் கருத்தினால், அதைக் கற்று மக்கள் வாழ்க்கையிலே அமைத்துக்கொள்ளும் கொள்கைகளால்,

ஏ தாழ்ந்த தமிழகமே

ஆரியர் உயரவும் தமிழர் தாழவும், ஆரியர் ஆதிக்கம் செலுத்தவும், தமிழர் அடிமையாகவுமான விளைவுகள் நேரிட்டன என்பதே நாங்கள் கூறுவது. அத்தன்மையான விளைவைத் தரும் ஏடுகள் இனி வேண்டாம் தமிழருக்கு என்று கூறுகிறோம். கலப்பற்ற தனித் தமிழ்க் கலையுடைய தமிழருக்குக் கற்பனையும் ஆரியநெறியும் நெளியும் கலை எதற்காக இருக்கவேண்டுமென்று கேட்கிறோம். ஆகவே, பாடலைப்பாடிப் பதம்பிரி, பொருள் உரை என்று கேட்பது முறையாகாது. மேற்படி நூல்களை மக்கள் அறிந்திருந்ததால் அவர்கள் கொண்ட கருத்து என்ன, அதன் விளைவு என்ன, அதன் பயனாக, இன்று தமிழன் அடைந்துள்ள நிலை என்ன என்பதே, எமது கேள்வி. நூற்றுக்கு 90 பேர் தற்குறிகளாக உள்ள நாட்டிலே, பிற இனத்தின் உயர்வுக்கும் ஆதிக்கத்துக்கும் பயன்படும் ஏடுகள் மனதில் பதியும்படி செய்வது முறையாகுமா? அங்ஙனம் பிற இனத்தின் கலையிலே ஊறும் மனம் இன எழுச்சி பெறமுடியுமா? இனமானம் கோரவோ, தனியரசு பெறவோ முடியுமா? என்பதை யோசிக்க வேண்டுகிறேன். ஆகவே, தமிழனின் தன்மானத்துக்காகவும் தன்னரசுக்காகவும் போராடும் சுயமரியாதைக்காரர்கள் அந்த முயற்சிக்குக் குறுக்கே நிற்கும் ஏடுகளைக் கொளுத்துவோம் என்றுரைக்கின்றனர்.

இராமாயணம் வைணவருக்கு மேலான நூல்; பெரிய புராணம் சிவனடியார்களின் பக்தியை விளக்கிடும் நூல். சைவம் வைணவம் எனும் இரு மார்க்கங்களையும் பின்பற்றும் தமிழ் மக்கள், முறையே பெரிய புராணம், கம்ப இராமாயணமாகிய இரு நூற்களையும் தமது மார்க்க நூல்களாகக் கொள்கின்றனர். வைணவம், சைவம் எனும் இரண்டும் இந்து மார்க்கத்தின் கிளைகள். தமிழர் இந்துக்களல்லர். தமிழருக்குத் தனி நெறி உண்டு, என்றாலும் இவ்விரு மார்க்கங்களையும் தழுவிக்கொண்டு, தமிழர் தம்மை இந்துக்கள் என்று கருதி வருகின்றனர். நெறியை விட்டு ஆரிய நெறியாகிய இந்து மார்க்கத்தைக் கொண்டு தம்மை இந்துக்கள் என்று கருதிக் கொள்வதால் தமிழர் தாங்கள் தனிஇனம் என்பதை மறந்து, இந்துக்களில் ஓர் பகுதி என்று எண்ணித் தன்மானத்தையும் தன்னரசையும் இழந்தனர். இதற்குக் கம்ப இராமாயணமும் பெரிய புராணமும் பயன்படுகின்றன. எனவே, அவைகளைக் கொளுத்திக் காட்டித் ‘தமிழரே, இவை இந்துக்களுக்கு மார்க்க நூற்கள், தமிழருக்கல்ல; தமிழருக்குத் தனி நெறியும் கலையும் உண்டு’ என்று இன எழுச்சியை உண்டாக்கித், தமிழருக்குத் தனியரசு கிடைக்கச் செய்ய வேண்டுமென்பது எமது திட்டம்.

தமிழர்களுக்கு, ஆரிய மார்க்கமாகிய இந்து மதத்தின் இரு கிளை நூற்களான கம்ப இராமாயணமும் பெரிய புராணமும் கூடாது என்று கூறுகிறோம். அவைகளிலே ஆபாசங்களும், ஆரியக் கற்பனைகளும் உள்ளன. ஆரிய மார்க்கத்தைப் பரப்ப உதவுகின்றன. தமிழருக்கு ஆரிய மார்க்கம் தீங்கே தரும். ஆகவே, தமிழர் எழுச்சி பெற, ஆரியத்தை ஒழிக்க வேண்டும் என்பதற்காகவே, ஆரியத்தை வளர்க்கும் மேற்படி நூற்களைக் கொளுத்த வேண்டும் என்று கூறுகிறோம்.

கம்ப இராமாயணம், இராம காதை. இராமன் பத்து அவதாரங்களிலே ஒருவன். தசாவதாரம் மஹாவிஷ்ணுவின் லீலை, வைணவ மார்க்கம் இராமன் தெய்வமாக வணங்கப்பட்டு, வைணவத்தைத் தமிழர் தமது என்று கொண்டதற்குத் துணை செய்த நூல் கம்ப இராமாயணம். இராமனைத் தேவனாகத் தமிழர் பூஜிக்கவும், தசாவதாரங்களில் ஒன்றெனக்கொண்டு தொழவும், கம்ப இராமாயணம் உதவுகிறது. தமிழர்கள் கம்ப இராமாயணத்தைப் பாராயணம் செய்து, ஆரிய மார்க்கங்கள் கூறும் தசாவதாரத்தை நம்பி அதில் ஒன்றாகிய இராமனைத் தொழுது, ஆரியத்துக்கு அடிமைப்படுகின்றனர். தமிழனின் தனியான நெறியிலே அவதாரங்கள் எடுக்கும் ஆண்டவன் கிடையாது, இன்று தமிழன், அவதாரங்கள் லீலைகள் என்பவைகளிலே நம்பிக்கை வைத்து, அதற்கேற்ற நடவடிக்கைகளில் ஈடுபடக் காரணம், இராமாவதார லீலை கூறும் கம்ப இராமாயணத்தைப் போற்றிப் படித்து வருவதால்தான். தமிழன் தன் சொந்த நெறிக்குப் – பகுத்தறிவுத் துறைக்குச் – செல்லவேண்டுமானால் ஆரியத்தைப் புகுத்தும் இராமகாதையை ஒழிக்கவேண்டும். எனவே, கம்ப இராமாயணத்தைக் கொளுத்தட்டும் என்று கூறுகிறோம். பெரிய புராணமும், ஆரிய முறையான வர்ணாஸ்ரமத்தைத் தமிழர் அப்படியே கொண்டு ஒழுகச் செய்கிறது. பிள்ளையைக் கறியாக்கிய சிறுத்தொண்டரும், மனைவியை அனுப்பி வைத்த இயற்பகையும், பகுத்தறிவைப் பாழ் செய்வது தெரிந்ததே. சிலர் பெரிய புராணத்திலே சமரசம் காணலாம் என்று கூறுகின்றனர். ஆவுரித்துத் தின்றுழலும் புலையனேனும் சிவனடியாராக இருந்தால் மோட்சம் பெறுவர் என்று சிவனடியார் கதைகள் கூறுகின்றன என்று சொல்லிப் பெரிய புராணத்திலே இவ்வித அடியார்களின் வரலாற்றைக் கூறுவதனால், அது சமரசம் போதிக்கிறது என்று பேசுகின்றனர். புலையனேனும்..... என்பதிலே உள்ள “உம்” எதைக் காட்டுகிறது என்று கேட்கிறேன். ஜாதிமுறைகள் போக வேண்டும் என்ற

சீர்திருத்தப் போதனையல்ல. பெரிய புராணம், ஜாதியிலே உயர்வு தாழ்வு உண்டு, தாழ்ந்த குலத்திலே ஒருவன் பிறந்தாலும், பக்தி செய்தால் முக்தி பெறலாம், மேன்மையுறலாம் என்பதே. பெரிய புராணத்தின் படிப்பினை, ஜாதிகள் ஒழிக்கப்பட்டு, மக்கள் சமமாக வாழ வேண்டும் என்ற கிளர்ச்சிக்கு ஜாதியினால் இழிந்தவனாக இருப்பினும் பக்தியால் உயரலாம் என்று போதிப்பது, என்ன பலன்தர முடியும்? கதிமுறை மட்டுமல்ல குலத்திற்கோர் தொழில் என்றுள்ள வர்ணாஸ்ரமம் பெரிய புராணத்திலே, அப்படியே காணப்படுகிறது. வைசியர் வியாபாரம் செய்கிறார், வேளாளர் உழுகிறார், குயவர் மண்பாண்டம் செய்கிறார், வெளுப்போன் ஆடை வெளுத்துக் கொண்டுதான் இருக்கிறான். ஆதிதிராவிடன் ஆண்டையிடம் அடிமை வேலை செய்து கொண்டுதான் வருகிறான். வார்த்தாத் திட்டம் போல் குலத்திற்கோர் தொழில் என்ற வர்ணாஸ்ரம முறை, ஆரிய ஏற்பாடு, அப்படியே பெரிய புராணத்திலே இருக்கக் காண்கிறோம். திருநீலகண்டர் வீட்டிலே, மண்பாண்டங்கள்தான் உள்ளன. துணிதுவைப்போன் பக்தனாக இருக்கிறான். ஆனால் துணி துவைக்கும் குலத்தொழில்தான் செய்கிறான். எனவே, பெரியபுராணம் படித்தவர் சாதிகள் பல இருப்பின் இருக்கட்டும், குலத்திற்கோர் தொழில் இருப்பின் அக்குலத்தொழிலே செய்வோம். ஆனால் பக்தி செய்தால் எந்தக் குலமாக இருப்பினும் மேன்மையடையலாம் என்று நினைக்க முடியுமே தவிர, சாதிபேதம் ஒழியவேண்டும், வர்ணாஸ்ரமம் போகவேண்டும் என்ற பாடத்தை, உணர்ச்சியை, பெரிய புராணத்தைப் படித்துப் பெற முடியாது. இன்று நமக்கு வேண்டியது, சமத்துவ உணர்ச்சி, ஆரியத்தால் கெடும் நிலையை மாற்றும் துணிவு. இதற்குப் பெரிய புராணம் பயன்படாததுடன், சாதி இழிவுகளையும் ஆரிய முறைகளையும் பக்தியின் பேரால் நிலைத்திருக்கச் செய்கிறது. நந்தனார் உழுது அடிமை வேலை செய்துதான் வாழ்ந்தார். தீயிலிடப்பட்டு, பிராமண வடிவு பெற்றுச் சிவசோதியில் கலந்தார் என்றுதான், சைவர்கள் கூறுவர். நந்தன் ஆதிதிராவிடனாகப் பிறந்ததால் அடிமை வேலையைச் செய்தான், அதுவே முறை. அதை ஆண்டவன் மாற்றவில்லை என்பதே அத்தகைய வரலாறுகள் புகட்டும் பாடம். இது, தமிழரின் தன்மானத்துக்குப் பயன் தருவதாகாது.

இவைகளிலே நயம் உண்டு. அது கெடுமே என்று கூறுகின்றனர் புலவர்கள். நாங்கள் கலையுடன் போரிட்டுக் கலையை ஒழிக்கும் வேலையில் ஈடுபடவில்லை. தமிழனின் கலை, கம்ப இராமாயணத்தில் ஆரம்பமாகி அத்துடன்

முடிகிறது என்று, எந்தப் பண்டிதரும் கூறமாட்டார் என்று நம்புகிறேன். கலப்புக் கலையும் ஆரியப் பொய்க் கற்பனைகளும் புகாமுன்பே, தமிழன், தனியான கலையை முதல், இடை, கடைச்சங்க காலங்களிலே வளர்த்தான் என்பது யாவருமறிந்ததே. தொல்காப்பியம் போன்ற தமிழ் நூற்களை, சிலப்பதிகாரம் போன்ற இனிமை பயக்கும் கலைகளை நாங்கள் அழிக்கப் புறப்படவில்லை. அவைகள் எல்லாம் பாமர மக்களுக்குத் தெரியமுடியாதபடியும் அவைகளைப் படித்துப் பாமரர் பயன்பெற முடியாதபடியும் செய்யும் ஆரியக் கலைகளான கம்ப இராமாயணம் பெரிய புராணம் ஆகியவை ஒழிந்தால், தமிழன் தமிழ்க் கலை பயிலவும் போற்றவும் முற்படுவான். கலை உலகிலே, புரட்சி தோன்றும். உலகின் பல நாடுகளிலும் கலைப் புரட்சிகள் நடந்தன, கலையிலே மாறுதல்கள் நடந்தன. ஜார் காலக் கலைக்கும், சமதர்மக் காலக் கலைக்கும் உள்ள மாறுதலைக் கூறவில்லை இப்போது. ஏனெனில் அந்த ரஷ்ய நாட்டிலே, சமுதாயத்திலே தலைகீழான புரட்சி உண்டாயிற்று. அதன் விளைவே கலைப்புரட்சி என்று கூறுவர். பயங்கரப் புரட்சிகளற்ற பிரிட்டனிலே, கலையிலே பல மாறுதல்கள் நடந்துள்ளன என்பதைக் கூறுகிறேன். சாசர் காலக் கலைக்கும், ஷேக்ஸ்பியர் காலக் கலைக்கும், பில்கிரிம்ஸ் பிராகிரஸ் முக்தி கோரியவனின் முன்னேற்றம் எனும் நூல் எழுதிய பனியன் தீட்டிய கலைக்கும், மக்களின் சமத்துவபோதனை புரிந்த பர்ன்ஸ் காலக் கலைக்கும், எவ்வளவோ மாறுதல் உண்டு. உலகிலே வேறு எங்கும் ஓர் இனம் மற்றோர் இனத்தில் உயர்வு குறித்து எழுதப்பட்ட கலையைத் தமது என்று கொள்ளவில்லை. இங்குதான், தமிழருக்குத் தனிக்கலை பன்னெடுங்காலத்துக்கு முன்பே இருந்தும், பிற இனத்தின் கலையை முன்னே நிறுத்தினர். முதல், இடையாகிய சங்க நூற்களைவிட இன்றைக்கு 700 ஆண்டுகட்கு முன்பு இயற்றப்பட்ட கம்ப இராமாயணத்தையே மக்கள் பெரிதும் அறிவர்; போற்றுவர். அதற்குக் காரணம், அதிலே உள்ள ஆரிய நெறி, தமிழ்மக்களை அடிமைப்படுத்தியதுதான். கம்ப இராமாயணத்திலே, சங்க நூற்களிலே காணப்படும் அணிகளும் அலங்காரங்களும் உவமைகளும் நிரம்ப உபயோகிக்கப்பட்டிருக்கின்றன. குறள் நன்றாக நுழைக்கப்பட்டிருக்கிறது. கம்ப இராமாயணக் கவிச் சுவை என்று எதை எதைப் பண்டிதர்கள் எடுத்துரைக்கிறார்களோ, அவைகள் கம்பனின் சொந்தச் சரக்குமல்ல; சங்க நூற்கள் தந்த சுவை! அந்த மூலத்தை இழக்கும்படி நாங்கள் கூறவில்லை.

அந்தச் சுவையை ஓர் ஆரியக் கற்பனைக்குப் பயன்படுத்தியதால், அக்கற்பனையின் விளைவு கேடு தருவதால், அந்த ஏடு வேண்டாம் என்று கூறுகிறோம். சங்க நூற்கள் தரும் கலை நுணுக்கத்தைப் பயன்படுத்தி, காலத்திற்கேற்றதும், தமிழரின் உரிமைக்குப் பயன்படுவதுமான கருத்தை உள்ளடக்கிய புது நூற்களைப் பண்டிதர்கள் இயற்றட்டும் நாங்கள் போற்றுகிறோம். தலைவர் பாரதியார், கம்பன் கவிச்சுவை போன்ற சுவையுடன் கவி இயற்ற முடியும் – செய்யட்டும். அத்தகைய கலை வளர்ச்சியை நாங்கள் வரவேற்கிறோம். ஆனால் உண்மையில் கம்ப இராமாயணம், இத்தகைய கலை வளர்ச்சிக்குப் பயன்படவுமில்லை. கலை நுணுக்கத்தைக் கண்டு, கம்ப இராமாயணத்தை 100க்கு 90 பேரான பாமர மக்கள் போற்றுகின்றனர் என்றும் கூறமுடியாது. கம்ப இராமாயணம் என்றதும் அதிலே உள்ள கலைச் சிறப்பல்ல, மக்கள் மனதிலே தோன்றுவது. இராமன் தசாவதாரத்திலே ஒருவர்; அவர் லீலை படித்தால் மேலுலகம் உண்டு என்ற உணர்ச்சிதான். அந்த உணர்ச்சியை ஊட்டுவதன் மூலம், கம்ப இராமாயணம் தமிழர் தாழ்ச்சியுறவும், ஆரியர் உயரவும் வைக்கிறது.

ஓர் உதாரணம். சுயமரியாதைக்காரர்கள் தமிழரிடையே சீர்திருத்தப் பிரசாரம் செய்கின்றனர். பார்ப்பனன் காலில் வீழ்ந்து தட்சணை தந்து, மானத்தையும் பொருளையும் இழக்காதே; அவன் சாதியிலே உயர்ந்தவன், நீ தாழ்ந்தவன் என்பதை ஏற்காதே; மேலுலகம் என்று நம்பி, பொருளைப் பார்ப்பனத் தரகனிடம் தந்து அவனை உயர்த்தாதே என்று. அதே மக்களிடம், கம்ப இராமாயணப் பிரசங்கம் நடக்கிறது, அதிலே மகாவிஷ்ணுவின் பத்து அவதாரங்களிலே ஒருவராகிய இராமன், காடேகும் போது உடன் வரவேண்டிய சீதையை அழைத்துச் செல்லுமுன் பிராமணர்களுக்குத் தானம் தந்தார் என்று மக்கள் அதைப் பக்தியுடன் கேட்கின்றனர். ஆண்டவனின் அவதாரமே பிராமணருக்குத் தானம் தந்தார், திதி நடத்தினார், சடங்குகள் செய்கிறார், எனவே நாமும் பிராமணருக்குத் தானம் தரவேண்டும். சு.ம.காரனின் பிரசாரத்தைக் கேட்டு மாறிவிடக் கூடாது என்று எண்ணுகின்றனர். இராமர் காடேகுமுன், பொருளை மிதிலைக்கு அனுப்பியிருக்கக் கூடாதா? அயோத்தியிலே ஏழை எளியவருக்குக் கொடுக்கக் கூடாதா? தன்னிடம் பக்தி பூண்ட பரதன்தான் அனுபவிக்கட்டும் என்று பரதனிடம் சேர்ப்பித்திருக்கலாகாதா? வழிச் செலவுக்காகட்டும் என்று எடுத்துச் சென்றிருக்கக் கூடாதா? ஏன் பிராமணருக்குத் தானம் தருகிறார்? எப்படிப்பட்ட

சமயத்தில்? பட்டாபிஷேகம் தடைப்பட்டு இராமர் காடேகும் சமயம். அந்தக் காலத்திலேயும் பிராமணருக்கு இலாபந்தான்! அதைப் படித்து வாழும் தமிழனின் இழவு நேரத்திலும் பிராமணருக்கு இலாபமே கிடைக்கக் காண்கிறோம். உரிமை, சமத்துவம் என்று பேசுகிறோம். இராமாயணத்தின்படி, சம்புகனெனும் தமிழனுக்குத் தலை போகிறது! இது என்ன பாடம் கற்பிக்கும்? இவைகளையாவது கம்பர் தமது நூலிலே மாற்றி எழுதியிருக்கக் கூடாதா? ஆரிய மன்னன் இராமன் என்பவனுடைய கதை என்ற கருத்து விளங்கவா கம்ப இராமாயணம் இருக்கிறது? ஆரியர் கூறும் நெறியாகிய தசாவதாரத்திலோர் அவதார மகத்துவமல்லவா அக்கதை கூறுகிறது? கம்ப இராமாயணத்திலே காணப்படும் ஒழுக்கங்கள் என்று, அதிலே வரும் நிகழ்ச்சிகள் அனைத்தையும் எவரும் கூறிடத் துணியார்; வாலியை மறைந்திருந்து கொன்றது, சம்புகன் தலை உருண்டது முதலியவற்றை உயர் ஒழுக்கம் என்று உரையார்; உயர்ந்த ஒழுக்கம் என்று வேறு சிலவற்றைக் கூறிடுவர். அத்தகைய ஒழுக்கத்தைக் கொண்டிருந்த தமிழர் பலரைப் பற்றிப் பண்டைத் தமிழ் நூற்களிலே கூறப்பட்டிருக்கிறது. ஏன் அந்தப் பெயர்கள் இன்று மக்களுக்குத் தெரிவதில்லை? ஏன் பண்டைத் தமிழ் நூற்களிலே விரிக்கப்பட்டிருக்கும் தமிழ் வீரர்களைத் தமிழர் போற்றாது, ஆரிய இராமனுக்குக் கோயில் கட்டிக் கும்பிடுகின்றனர்? வீர உணர்ச்சி பெற, இன்று யாராவது, இமயம் வரை சென்ற, ஆரியரை வென்ற சேரன் செங்குட்டுவன் பெயரைக் கூறிக்கொண்டிருக்கின்றனரா? இல்லை. ஆனால் எந்த உணர்ச்சிக்கும் இராமா! இராமா! என்று உச்சரிக்கின்றனர். தமிழ்நாட்டிலே, கம்ப இராமாயண காலத்துக்கு முன்பு, கற்புக்கரசிகளாகப் பல தமிழ்த் தாய்மார்கள் விளங்கினர். சங்க நூற்களிலே படிக்கிறோம். ஆனால், இன்றும், நமது பெண்களை ஆசீர்வதிக்கும் போது, சீதைபோல் இருக்க வேண்டுமென்று சொல்லுகிறார்களே தவிர சங்க நூற்களிலே வரும் தமிழ்ப் பெண்களின் பெயர் கூறி வாழ்த்துவதில்லையே. ஏன்? இராமாயணத்தையே எடுத்துக்கொண்டாலும், இராமனை விடப் பரதனிடம் உயர்தரமான ஒழுக்கங்கள் இருந்தன என்பது விளங்குகிறது. இராமன், அரசு தனக்குச் சொந்தமல்ல என்பது தெரிந்ததும் பரதனுடையதே அரசு என்பது தெரிந்ததும், தசரதர் தனக்கு முடிசூட்டுவிழா வைத்ததை ஒப்புக்கொண்டு இராச்சியம் ஆள இசைகிறான். தனக்குச் சொந்தமல்லாததை அனுபவிக்க இசைவது ஒழுக்கமாகாது. பரதனோ தனக்கே சொந்தமான

ஏ தாழ்ந்த தமிழகமே 69

அரசையும் அண்ணனுக்குத் தந்து, தனக்கு அரசாளும் விருப்பமில்லை என்பதைக் கூறி, அரசபோகத்தைத் தன் அளவு துச்சமாக மதிப்பவன் என்பதைக் காட்டுவதுபோல் 'இராமா! உன் பாதுகையைக்கொடு; அவை அரசாளட்டும்' என்று கூறிய உயரிய ஒழுக்கமுடையவன். இன்றுவரை, இவ்வளவு ஒழுக்கமுள்ள பரதனுக்குக் கோயில் கட்டிக் கும்பிட்டவர் யாராவது உண்டா? இராமா, இராமா என்று கூறுவது போல், பரதா, பரதா என்று கூறுபவர் உண்டா? கம்ப இராமாயணம், உயர் ஒழுக்க விளக்கத்துக்காக மட்டுமே, எழுதப்பட்டு உயர்ந்த ஒழுக்க முள்ளவர்களை மக்கள் வணங்கவேண்டும் என்ற முறையிலே எழுதப்பட்டிருப்பின் இராமன் பூசைக்குரியவனாகப், பரதன் வெறும் ஆழ்வாரான காரணம் என்ன? அவதார மகிமைக்காகவே கம்ப இராமாயணம் எழுதப்பட்டதனால்தான், இராமர் கோயில்கள் எழுந்தன. இந்தச் சிறப்புக்காகவே கம்பர் இராமகாதை எழுதியதால்தான், இமயம்வரை சென்று ஜெயித்த செங்குட்டுவனையும், பர்மாவரை சென்று புகழ் பெற்ற இராசேந்திரனையும் தமிழர் மறந்தனர். அயோத்தி மன்னன் மகனை, ஆண்டவனவதாரம் என்றுரைக்கும் ஆரியத்துக்கு அடிமையாயினர். இந்த அடிமைத்தனம் போக்கப்பட வேண்டுமென்பதற்காகவே ஆரிய நூற்களைத் தீயிலிடுங்கள் என்று கூறுகிறோம். இராமகாதையை அவதார மகிமை என்று தமிழர் ஏற்றுக்கொள்ள வேண்டி வந்ததன் காரணம், கம்பன் தன் கவித்திறனை ஆரியக் கற்பனைக்கு உபயோகப்படுத்தி, ஆரியப் பாத்திரங்களைச் சற்பாத்திரங்களாக்கி, தமிழர் மதித்துப் போற்றி வழிபடும் குணங்களின் இருப்பிடங்களாக்கித் தீட்டிவிட்டதுதான். ஆகவேதான், கம்ப இராமாயணத்தைக் கண்டிக்கிறோம்.

கம்பர் தமது நூலெழுதிய காலம், ஆரியர்–தமிழர் என்ற தனிப் பண்பும், இனக்கூறும் மறக்கப்பட்டு இரு இனமும் ஒன்றென்ற கருத்தும், தமிழ் நெறியினின்றும் தமிழர் வழுவி ஆரிய நெறியைக் கைக்கொண்டும் இருந்த காலம். அக்காலத்திலே, ஆரியர் – திராவிடர் என்ற இன எழுச்சிபற்றி அக்கறை இல்லை. எனவே, ஆரியக்கலையின் கலப்பினால் தமிழர் கலை கெடும், நிலைகெடும் என்று கூறும் உணர்ச்சியும் இல்லாத காலமாக இருந்தது. ஆகவே கம்பனெனும் கவி, தன் காலத்திலே மக்கள் எதைச் சரியெனக் கொண்டிருந்தனரோ, யாராரை வழிபட்டனரோ அவற்றையெல்லாம் அப்படியே எடுத்துத் தமது நூலிலே அமைத்தார். இன்றோ ஆரியர் –

தமிழர் என்ற கிளர்ச்சி வலியுறுத்தப்பட்டு, ஆரிய ஆதிக்கம் அகற்றப்பட வேண்டும், தமிழர் தன்மானம் பெற வேண்டும், தனியரசு பெறவேண்டும் என்ற இயக்கம் உள்ள காலம். எனவே இக்காலத்துக்கு ஆரியரும் தமிழரும் வேறு வேறு அல்ல என்று கருதிய காலத்துக் கவிதை, புனித நூலாக இருப்பது, இன எழுச்சியையும், இன விடுதலையையும் கெடுக்கும். ஆகவே, ஆரிய ஆதிக்கத்தை அறுத்திட விரும்பும் தமிழருக்கு, ஆரிய இராமனை அருச்சிக்க உரைக்கும் கம்ப இராமாயணம் கூடாது.

கதையும் கருத்தும், அதிலே வரும் ஆரியமும் கம்பன் செய்யவில்லை. இருந்ததை, மக்கள் சரி எனக் கொண்டிருந்ததைக் காவியமாக்கினான் என்று கூறுகின்றனர். சரி! அது கம்பனைக் குறை சொல்லவேண்டாம் என்ற வாதத்துக்குப் பயன்படும். கம்ப இராமாயணம் கம்பர் காலக் கருத்துக்குச் சரியாக இருப்பினும், இக்காலக் கருத்து அதற்கு நேர்மாறாக இருக்கும்போது இன்று எப்படித் தமிழர் கம்ப இராமாயணத்தை ஏற்றுக் கொள்ள முடியும்?

நான், தன் காலக் கருத்தை அப்படியே எடுத்துக் கூறும் கவியைவிட, தன் காலத்துக் கருத்தை அதற்கு முற்பட்ட காலக் கருத்துடனும், தன் அறிவில் தோன்றும் கருத்துடனும் ஒப்பிட்டுப் பார்த்துத், தன் காலத்திலே மக்கள் கொண்ட கருத்து ஏதேனும் தவறு எனத் தனக்குத் தோன்றினால் அதைத் திருத்தி, மக்களை நல்வழிப்படுத்த, புதுக்கருத்தைத் தன் நூலிலே தைரியமாகக் காட்டும் கவியையே, அதிகம் பாராட்டுவேன். முதல்தரமான கவி என்பேன். கம்பர் சொற்செல்வர். தமிழ் நூற்களை அவர் எவ்வளவு செம்மையாக அறிந்திருந்தார் என்பது, சங்க நூற்சுவையை அவர் தமது கவிதையில் காட்டியிருப்பதே காட்டும். அவ்வளவு திறமையுள்ளவர், தமிழர்நெறி எது என்பதையும் தன் காலத் தமிழர் கொண்ட கொள்கை ஆரியத்தை வளர்ப்பது என்பதையும் தெரிந்து கொண்டிருக்கமுடியும். ஆகவே, அவர் மக்களிடைத் தமிழ் நெறிபரவும் விதத்திலே நூல் இயற்றியிருக்கலாம். அதைச் செய்யாது, இராம காதையைப் பாடினார். மக்கள் சென்ற வழிச் சென்றாரே தவிர, தனி வழி காட்டவில்லை. நற்கவி, அதைச் செய்ய வேண்டுமென்பது என் எண்ணம். அவர் காலக் கருத்தையே அவர் கொண்டார். அது, இக்காலத் தமிழர் தாழ்ச்சி எனும் விளைவே தந்தது. இனி எழுச்சியும் விடுதலையும் தமிழனுக்கு வேண்டும், அதைப் பெற, ஆரியக் கற்பனை நூற்கள் ஒழிக்கப்பட வேண்டும். கம்ப இராமாயணமும் பெரிய

புராணமும், ஆரியக் கற்பனைகளைத் தமிழர் நம்பி ஏற்கும்படி செய்கின்றன. எனவே தமிழர் விடுதலைபெற, வீறுகொள்ள, இந்நூற்கள் ஒழிக்கப்படவேண்டும் என்றுரைக்கிறோம்.

இன்றுவரை பல அறிவாளர்களும் ஆராய்ச்சியாளர்களும், இராமாயணம் ஆரிய–திராவிடப் போராட்டக் காதை என்றும், இராவணன் திராவிடன் என்றும் கூறியுள்ளனர். ஆதாரங்களுடன் இப்போது சிலர், இராவணன் ஆரியன் என்றும், வானரர் என்பது வனவாசிகள், தமிழரல்ல என்றும் கூறுகின்றனர். தமிழகம், ஆரியநாடு என்று இராமாயண காலத்துக் கருத்துப்படி இரு இடங்கள் குறிக்கப்பட்டுள்ளன. அதன்படி பார்த்தால், "வானரர்கள்" என்று இராமாயணத்தில் குறிப்பிடப்பட்டவர்கள் வாழ்ந்த இடம் விந்திய மலைக்குக் கீழே, கோதாவரி வரையிலே உள்ள நிலப்பரப்பிலே ஓர் பகுதியாகவே இருக்கிறது. இங்கு ஆரியர்களோ, மற்றவரோ இல்லை. தமிழரே வாழ்ந்தனர். எனவே, அகச்சான்று புறச்சான்று எனும் எதன்படி நோக்கினும், வானரர் என்பது பல அறிஞர்கள் கூறியுள்ளபடி, தமிழரையேதான் குறிக்கும். அதுபோலவே, இலங்கை மன்னனும் திராவிடனே என்பதற்கும், இவ்வாராய்ச்சி சான்றாகும். இராமாயண காலம் என்று சரித்திரப் பேராசிரியர்கள் தக்க சான்றுகளுடன், குறித்துள்ளனர், அக்காலத்திலே, ஆரியர் வடநாட்டிலே சிறுசிறு இராச்சியங்கள் அமைத்து ஆண்டனர் என்றே கூறுகின்றனர். தமிழகத்தில் ஓர் பகுதியையோ, தமிழகம் தாண்டிக் கடலில் ஓர் தீவையோ ஆரியன் ஆண்டதாகவோ, ஆரியன் மன்னனானதாகவோ, கூறினதில்லை; ஆதாரமுமில்லை; ஒப்புக்கு இராவணனை ஆரியன் என்றே வைத்துக் கொண்டாலும், இரு ஆரியரின் வரலாறுதானா தமிழனுக்குக் கலையாக, இலக்கியமாக, அதிலும் மார்க்கம் போதிக்கும் ஏடாக இருக்கவேண்டும்? இது போதாதா தமிழனுக்குத் தன்மானம் இல்லை என்பதைக் கூற என்று கேட்கிறேன்.

இராமாயணத்தில் ஆபாசப்பகுதி போக்கிட அறிஞர்கள் செய்த முயற்சியும், புது விளக்கமுரைத்ததும், பயன்பட்டதா? 'தசரதன் குறையும், கைகேயி நிறையும்' என்ற நூலிலே, தலைவர் பாரதியார் அவர்கள் தமது அறிவாற்றலால், இராமனுக்கு முடிசூட்டத் தசரதன் முனைந்தது தவறு என்றும், அதற்கு இராமன் இணங்கியது ஒழுக்கக் குறைவு என்றும், அழகுற எடுத்துக் கூறினார். பழித்துப் பேசப்படும் கைகேயி நிறை குணத்தினள்; போற்றப்படும் தசரதன் குறை குணத்தோன்

என்பதை விளக்கி, அரியதோர் ஆராய்ச்சி நூல் வெளியிட்டார். எத்தனை இராம பக்தர்கள் அதனை ஏற்றுக் கைகேயியைப் பற்றித் தமது கருத்தைத் திருத்திக் கொண்டனர் என்று கேட்கிறேன்? எத்தனை கம்ப இராமாயணப் பிரசங்கிகள், இராமநாடகமாடிகள், பாரதியாரின் மறுக்கமுடியாத ஆராய்ச்சி முடிவின்படி, தமது கருத்தை மாற்றிக் கொண்டனர் என்று கேட்கிறேன்? ஒருவரும் இராமாவதாரக் கதையிலே இத்தகைய உண்மைகளைத் தேடுவதில்லை. பாராயணம் செய்து இராமனைப் பூஜித்து வீடு பெற வேண்டும் என்பதே, அவர்கள் நினைப்பு. அதுதான் ஆரியத்துக்குப் பலமளித்துத் தமிழரைக் கெடுக்கிறது. எனவேதான், அத்தகைய நினைப்பைத் தந்து இழிந்த நிலையை உண்டாக்கிய ஏடுகளைத் தீயிலிடுவோம் என்று கூறுகிறோம்.

6. பேராசிரியர், சோமசுந்தர பாரதியார் அவர்கள் பேச்சு

தலைவர் அவர்களே! சீமாட்டிகளே! தமிழ்ப் பெருமக்களே!

கம்ப இராமாயணத்தை எரிப்பதா? வேண்டாமா? என்பது பற்றிய உரையாடல் ஏற்பாடு செய்திருப்பதாகவும், அதில் நான் கலந்து கொள்ள வேண்டுமென்றும், நண்பர்கள் கேட்டுக் கொண்டபோது நான் வேண்டாமென்று தெரிவித்தேன். மூன்று முறை மறுத்தேன். கடைசியில் வரவேண்டுமென்று என்னை வற்புறுத்தினார்கள். கம்ப இராமாயணத்தை எரிப்பதா, வைத்துப் போற்றுவதா என்ற பிரச்சனை திருக்கழுக்குன்றம் மகாநாட்டில்தான் முதலிலே துவக்கப்பட்டது. இந்த விஷயம், ஒருநாளில் முடிவுகட்ட முடியாது. சிந்திக்க வேண்டும். இதற்கு வாதப்போர் தேவையில்லை என்பதே என் கருத்து. இந்த உரையாடலுக்கு நான் வேண்டாம் என்று மன்றாடியும், என்னை விடவில்லை. இப்போது இரண்டு மணி நேரம், அழகான உபந்நியாசம் கேட்டீர்கள். என்னைத் தலைவரென்று தந்திரமாகச் சொன்னார். தன்மான இயக்கத்திற்குப், பெரியார் ஒருவர்தான் தலைவர் — மற்றவர்கள் துணைவர்கள் என்று கூறலாமே தவிரத் தலைவர் என்று கூறக்கூடாது. காங்கிரசுக்கு எப்படி ஓர் காந்தியார் இருக்கிறாரோ அதுபோலத் தன்மான இயக்கத்திற்குப் பெரியார் ஒருவர்தான் தலைவராக இருக்கவேண்டும்.

என் நிலை நீண்ட நாட்களாக நீங்கள் உணர்ந்திருக்கிறீர்கள். உபந்நியாசகர், டிபேட் (தர்க்கவாத) முறையில் பேசவில்லை, உணர்ச்சி ததும்பும் ஓர் ஆரேஷன் (சொற்பொழிவு) செய்து, உங்கள் மனதைக் கவர்ந்திருக்கிறார். நான் இப்போது பேசி, உங்கள் மனதை மாற்ற முடியுமென்று கருதவில்லை. அவரை மறுக்கும் எண்ணத்தை நான் கொள்ளவில்லை. இப்போது எனக்கு ஓட் எடுத்தால், நிச்சயமாக எனக்கு ஓர் ஓட்டும் கிடைக்காது என்பது எனக்குத் தெரியும். ஆகையாலே நான் ஏதாவது பேசுவதிலே தவறினால், என் மீது கோபிக்கக் கூடாது. தண்டனை தரவேண்டியது எனக்கல்ல, என்னை வற்புறுத்திக்கொண்டு வந்த நண்பர் சித்தையன் போன்றாருக்கே. நண்பர் சித்தையன், இன்றைய வாதத்திலே பெரிய புராணமும் சேர்க்கப்பட்டிருப்பதாக எனக்குத் தெரிவிக்கவில்லை. ஆகையால் நான் அதைப் பற்றிப் பேசப்போவதில்லை. தெரிந்திருந்தால், அதையும் படித்துத் துருவிப் பார்த்துக் கொண்டு வந்திருப்பேன். நான் பல வருஷங்களாக வக்கீல் வேலையில் இருந்ததிலே பெற்ற ஓர் அனுபவம் என்னவென்றால், எந்த வழக்கை நடத்தவேண்டுமென்றாலும், முதலிலே எதிர்க்கட்சிக்காரர் என்னென்ன காரணங் கூறுவார்கள் என்பதை யோசித்துப் பார்த்து, அதற்குச் சமாதானம் தேடிக்கொண்டு, பிறகே என் கட்சிக்கு ஆதாரம் தேடுவது வழக்கம். அந்த முறையிலே கம்ப இராமாயணம் எரிக்கப்பட வேண்டும் என்று கூறுபவர்கள் சொல்லும் காரணங்களையெல்லாம் கவனித்தேன். எனக்கு, நான் படித்த அளவிலே, கம்ப இராமாயணத்தைக் கொளுத்த வேண்டிய அவசியமில்லை என்று தோன்றுகிறது.

உபந்நியாசகர் என்னைப் பற்றிக் கொஞ்சம் விளக்கினார். தமிழர்களுக்கு இடுக்கண் விளைவிக்க ஆரியர் எது செய்தாலும், நான் எதிர்ப்பேன். தமிழர்கள் நடத்தும் எந்தத் தன்மானப் போரிலும், முன்னணியில் முதலிடத்தில் நிற்பேன். கம்ப இராமாயணம் எரிக்கப்படுவதை நான் எதிர்ப்பதால், பாரதி, ஆரிய அடிமையாய் விட்டான் என்று கூறாது, என்னை உபந்நியாசகர் அவர்களுடன் சேர்த்துக்கொண்டே பேசி, சர்டிபிகேட் கொடுத்தார்கள். நண்பர் அண்ணாத்துரையின் பேச்சிலே நீங்கள் நம்பிக்கை வைத்தால், என்னை ஆரியருக்குத் துணைபோகிறவன் என்று எண்ணத்துணிய மாட்டீர்கள். நான் ஆரியர்களுக்குத் துணை போனேன் என்று கருதினால், நண்பர் அண்ணாத்துரையின் பேச்சிலே உங்களுக்கு நம்பிக்கை இல்லை என்று ஏற்படும். ஆரியருக்கு அடிமைப்படாத எண்ணம்,

எனக்கு 40 ஆண்டுகளுக்கு முன்பே ஏற்பட்டது. சுயமரியாதை இயக்கம் தோன்றுவதற்கு முன்பே இருந்தது. என்னுடைய 14–வது வயதிலே எனக்குக் கல்யாணம் நடந்தபோது நேரிட்டதைச் சொல்கிறேன். எட்டையபுர சமஸ்தானத்தின் ஓர் கிராமத்திலே, நாகரிக உணர்ச்சி பரவமுடியாத ஊரிலே, எனக்குக் கலியாணம். நான் வைதீக உணர்ச்சியுள்ளவன். நல்ல சைவன். இப்போது இருக்கும் சைவம் போன்றதல்ல. என்னுடைய சிவநெறி வேறு, இன்று சைவப் பண்டிதர் கூறும் சைவம், நான் கொள்வதல்ல, உண்மையே எனக்குச் சிவம். எனக்குக் கலியாணம், பார்ப்பனரை வைத்துச் செய்வதாகக் கூறினார்கள். அப்படிப்பட்ட கலியாணம் எனக்கு வேண்டாம் என்றேன். சைவ ஆகமங்களின்படி பார்ப்பனர்களைச் சண்டாளர்கள் என்று கூறப்பட்டிருக்கிறது. கோயில்களிலே அவர்கள் துவஜஸ்தம்பத்துக்கு அப்புறம் நுழையக்கூடாது, வந்தால் தீட்டாகிவிடும் என்று ஆகமம் கூறுவதால், அப்படிப்பட்ட சண்டாளர்களைக் கொண்டு நான் கலியாணம் செய்து கொள்ளமாட்டேன் என்றேன். என் குடும்பத்தார்; திருநெல்வேலிக்கும் மதுரைக்கும் போய், பண்டிதர்களைக் கேட்டார்கள். திருநெல்வேலி பண்டிதர்கள் கூடச் சரியாகச் சொல்லவில்லை. மதுரையிலிருந்த பண்டிதர்கள், பையன் சொல்வது உண்மைதான் – ஆகமம் அப்படித்தான் கூறுகிறது என்று சொன்னார்கள். பிறகு எனக்குச் சைவக்குருக்கள் வைத்து மணம் நடந்தது. எனது சிறிய வயதிலேயே அந்த நோக்கம் இருந்தது. சுயமரியாதை இயக்கத்தாலோ, அண்ணாத் துரையாலோ, அந்த நோக்கம் எனக்கு வரவில்லை. அது முதற் கொண்டு இதுவரை, நான் தமிழருக்குத் தன்மானம் வரவேண்டுமென்று உழைத்து வந்திருக்கிறேன். சைவப் பண்டிதர்கள், பாரதி ஒரு நாத்திகன் என்று கூறுகிறார்கள். சுயமரியாதைக்காரர்கள், நான் ஆரியத்துக்கு அடிமையாகி விட்டேன் என்று இனிமேல் கூறினாலும் கூறுவார்கள். பாரதி தோற்றுவிட்டான்,தோற்றுவிட்டான் என்று எழுதுவதானாலும், நான் இப்போதே வேண்டுமானால், மும்முறை கையெழுத்துப் போட்டுக் கொடுத்து விடுகிறேன். தமிழரின் தன்மானத்துக்காக நடத்தப்பட்ட போர்களிலே, நான் கலக்காத போர் ஒன்றேனும் நடந்ததாக எனக்குக் கவனமில்லை. நான் எதிர்பார்த்தவிதமாக அவர் பேசாததால், நான் கொண்டுவந்த ஆதாரத்தை உபயோகிக்க முடியவில்லை. காங்கிரஸ்காரர்கள் எல்லாம் ஒரு மகாத்மா எது சொன்னாலும் சரி என்று நம்புகிறார்கள். தன்மான இயக்கத்தினர் ஒரு பெரியார் எது சொன்னாலும் சரி

என்று கொள்கிறார்கள். நான் மகாத்மாவுமல்ல, பெரியாருமல்ல. நான் ஓர் சாதாரணத் தமிழன். கம்ப இராமாயணத்தைக் கொளுத்த வேண்டாமென்று சொல்லிக் கொஞ்ச நஞ்சமிருக்கும் மரியாதையும் போக்கடித்துக் கொள்ளவேண்டுமா? நீங்கள் கம்ப இராமாயணத்தைக் கொளுத்துவது என்று முடிவு செய்திருந்தால் நான் சொல்லி அதை நிறுத்த முடியாது. ஆகவே, நான் சொல்வதைக் கேளுங்கள். கோபமின்றிக் கேளுங்கள். சரி என்று பட்டால் கொள்ளுங்கள். இல்லையென்றால், பாரதிக்கு வயதாகிவிட்டது, ஏதோ கூறினான் என்று தள்ளிவிடுங்கள். தமிழ்நாட்டிலே, இனிமேல் ஆரிய ஆதிக்கம் நிலைநாட்ட முடியாது என்பதை, ஆரியரே இப்போது அறிவர்.

தமிழ் மக்களுடைய எதிர்ப்பை ஆரியர் அடக்க முடியாது என்பதை, இந்திப் போராட்டத்தின் போது நாம் பார்த்தோம். புத்தர் தோற்றார். ஜீனர் தோற்றார், இந்தப் பாரதியா ஆரியத்தை அழிக்கமுடியும் என்று சி.ஆர். சொன்னார். ஆனால் அவரே, பிறகு வேறொன்று சொன்னார் என்று நண்பர்கள் கூறக்கேட்டு மகிழ்ந்தேன். இந்த இந்திச் சனியனுக்கு இவ்வளவு எதிர்ப்பு இருக்குமென்று தெரிந்திருந்தால், நான் இதிலே கை வைத்தே இருக்க மாட்டேனே என்று கூறினாராம்.

கம்ப இராமாயணத்தை எரிக்கக் கூடாது என்று இரு பிரிவினர் கூறுகின்றனர். இராமாயணம் ஒரு பெரிய சமய நூல். ஆகையினால் அதை எரிக்கக் கூடாது என்று ஒரு பிரிவினர் கூறுகின்றனர். மற்றொரு பிரிவினர், அது ஒரு சிறந்த கவி. ஆகவே, அதை எரிக்கக்கூடாது என்று கூறுகின்றனர். ஒரு சிறந்த கவியை எரிப்பது நல்லதல்ல என்றே நான் கூறுகிறேன். அது தமிழ் நெறியல்ல. ஆபாசக் கருத்துக்களை எரிக்கச் செய்யப்படும் முயற்சியிலே, நான் தொண்டு செய்ய முன்வருவேன். நூலை எரிப்பதால், ஆபாசக் கருத்தை எப்படி அழிக்க முடியும்? கம்ப இராமாயணத்திலே, தசாவதாரக் கருத்திருக்கிறது, இராமனைத் தெய்வமாக்கியிருக்கிறது, அது வைணவ நூல் என்று உபந்நியாசகர் சொன்னார். இதெல்லாம் கம்பனா உண்டாக்கினான்? அவன் காலத் தமிழர் கொண்ட கருத்தைக் கவி உபயோகித்தார். அதனால் நாம் ஓர் நல்ல கவியை இழந்தோம். வைணவமோ, ஆரியமோ, கம்பன் உண்டாக்கினதல்ல. கம்ப இராமாயணக் கருத்திலே உள்ள குறைகளை, மக்களுக்கு மெள்ள மெள்ள எடுத்துச் சொல்ல வேண்டும். அறிவு வளரச் செய்ய வேண்டும். வாலியை இராமன் கொன்றது, சம்புகனை வதைத்தது, தனக்கு உரிமையில்லா

அரசை அடைய இசைந்தது – இவைகள் குற்றங்கள், மக்களிடம் இவைகளை எடுத்துக் கூறவேண்டும். எதிரியின் கருத்தை மெள்ள மெள்ள மக்களுக்குக் கூறி, மக்கள் எதிரியின் கருத்தை ஆபாசமானதென்று கருதி எள்ளி நகையாடும் விதமான நிதானமான வேலையே மிக்க பயன் அளிக்கும் என்பதை நான் தெரிந்துகொண்டேன். ஆரியர்களை எங்கெங்கு எதிர்க்க வேண்டுமோ அங்கெல்லாம் செய்து வந்திருக்கிறேன். கம்ப இராமாயணத்தைக் கொண்டாடுபவர்கள் தமிழர்கள். இன்னும் ஆரியர்கள், வால்மீகி இராமாயணத்தைத்தான் விசேஷமானதென்று கருதுகிறார்கள். ஆகவே, கம்ப இராமாயணத்தைக் கொளுத்துவது தமிழர்களுக்கே கோபமூட்டித் தமிழர்களுக்குள் பிளவை உண்டாக்கும். வெறிநாய் மேலே விழுந்து கடித்தால், நாயைத் திரும்பிக் கடிக்க முடியுமா? சமய வெறி பிடித்த மக்கள், கம்ப இராமாயணத்தைக் கொளுத்தச் சுயமரியாதைக்காரர்கள் துணிந்தால், எதிர்த்து, நூலை எரிப்பவர்களையே எரிக்க ஆரம்பித்தால் என்ன செய்வதென்றே நான் அஞ்சுகிறேன். எந்தச் சமயமும் வெறிதான். ஆகவே, இந்த எதிர்ப்பைக் கிளப்பும் காரியத்தைச் செய்ய வேண்டாம் என்று கூறுகிறேன்.

இராமாயணம் ஆரிய மதம் போதிக்கிறது என்று சொன்னார். தமிழனுடைய நிலை, பிறமதக் கருத்துப் படித்ததும் கெட்டேவிடும் அழிந்தே போகும் என்று ஏன் அஞ்சவேண்டும்? கிறிஸ்துவமத நூலைப் படிக்கவில்லையா? ஷேக்ஸ்பியரின் நூற்களிலே, கிறிஸ்துவமத தத்துவங்கள் நிரம்ப இல்லையா? இராமாயணத்தில்தானா ஆபாசம் இருக்கிறது? இராமாயணத்தைக் கொளுத்திவிட்டால் போதுமா? பாரதத்திலே ஆபாசம் இல்லையா? ஒரு பழமொழி உண்டு. "பாரதத்தை வீட்டிலே படிக்கக் கூடாது; எங்காவது மடத்திலே படிக்கவேண்டும்" என்பார்கள். வீட்டிலே பெண்கள் கேட்டுச் சகிக்க முடியாத ஆபாசம் அதிலே இருக்கிறது. ஐந்து பேர்களுக்குப் பத்தினியாம் திரௌபதி. அந்தக் கோயிலுக்கு மானமில்லாமல், தமிழ் மக்கள் தங்கள் பெண்களை அனுப்புகிறார்களே! கிருஷ்ணன் பல பெண்களுடன் ஆடினது போதாமல் தன் சொந்த அத்தையையே பெண்டாட்டியாக்கிக் கொண்டான்! அத்தகைய பாரதத்தை கொளுத்த வேண்டாமா? இராமாயணத்தை மட்டும் கொளுத்தினால் போதுமா? இராமாயணத்தில் ஆரியன் கதை இருக்கிறது என்றார்கள். பகவத் கீதையிலே, சகல சீவராசிகளுக்கும் நான் கடவுள்; எனக்குப் பிராமணர் கடவுள் என்று கிருஷ்ணன்

சொல்லுகிறாரே, அதைக் கொளுத்த வேண்டாமா? நாலாயிரப் பிரபந்தத்தைக் கொளுத்த வேண்டாமா? வைணவ நூல்களிலே காணப்படும் ஆபாசங்களை விடச் சைவப் பண்டிதர்களின் புராணங்களிலே அதிக ஆபாசமுண்டு என்பேன். இயற்பகை, சிறுத்தொண்டர் போன்ற கதைகளெல்லாம் சிவநெறி என்று நான் கொள்ளவில்லை. என் சிவநெறி வேறு. ஆனால் அதற்கும் பெரிய புராணத்தைக் கொளுத்துவதைவிட, அதுபற்றி ஈழத்தடிகள்[1] வெளியிட்டது போன்ற ஆராய்ச்சிகள் இன்னும் வெளியிட வேண்டும். மக்களிடம் ஆபாசங்களைப் பற்றி எடுத்துக் கூறி, அறிவுச்சுடரைக் கொளுத்தவேண்டும். ஆத்திரமூட்டக்கூடாது. நான் ஆங்கில இலக்கியங்கள் பல படித்திருக்கிறேன். நண்பர் அண்ணாதுரை, அதைவிட அதிகம் படித்திருக்கலாம். நான் படித்தவரையிலே, எந்த இலக்கியங்களிலே வருகிற கதாநாயகனும், இராமனைவிடக் குணமதிகமாகவும், குறை குறையாகவும் இருப்பதாக நான் கண்டதில்லை. இராமனின் இயல்பில் குறை சில பல இருப்பினும், குணம் அதிகமாக இருக்கிறது. கம்பர் எழுதிய இராம சித்திரத்தில் தவறை விடச் சிறப்பே அதிகம் இருக்கிறது. நான் கம்ப இராமாயணத்தையும் சங்க நூற்களையும், எந்தத் தமிழ்ப் பண்டிதனுக்கும் குறையாத அளவு ஆராய்ந்து படித்திருக்கிறேன். முன்னால் இருந்த இலக்கிய நூற்களிலிருந்து வெளிவந்த மலராகக் கம்ப இராமாயணம் இருக்கிறது. கம்பன் போல், நான் கவி எழுதலாமே என்று நண்பர் கூறினார். ஏன் எழுதவில்லை! முடியாது. இந்த அகில உலகிலும் கம்பனைப் போல் ஓர் சிறந்த கவியை நான் கண்டதில்லை. கம்பன் வேண்டுமா தமிழ்நாடு வேணடுமா என்று என்னைக் கேட்டால் கம்பன் வேண்டும், தமிழ்நாடு வேண்டேன் என்றே கூறுவேன். கம்ப இராமாயணத்தை நான் படித்ததில்லை. படித்தவர்கள் அதிலே தமிழருக்கு இழிவு இருக்கிறதென்றார்கள், என்று பெரியார் என்னிடம் சொன்னார். 'நான் சொல்கிறேன், நம்புங்கள் கம்ப இராமாயணத்திலே அவ்விதம் இல்லை' என்று நான் பெரியாருக்குச் சொன்னேன். பெரியாரின் செயல் பெரியது. அதனால் தமிழருக்கு ஏற்பட்ட பலன் அதிகம். ஆனால் தமிழர்களுக்கு ஆத்திரமுண்டாகும் செயல் வேண்டாமென்பது என் கருத்து. இராமன் பிராமணனுக்குத் தானம் கொடுத்தாரே என்று அண்ணாதுரை கூறுகிறார். என்ன செய்வது? என் வீட்டிலே இன்னமும் என் பெண்டுகள், நான் சம்பாதிக்கும் பணத்தைப் பிராமணனுக்குக் கொட்டித் தொலைக்கிறார்கள். தடுக்க முடியவில்லையே! அண்ணாதுரைக்கு அது மாதிரியான

சங்கடம் இல்லை போலும்! எதற்கும் ஆரியரைக் குறை சொல்லிப் பயன் என்ன. நமது தமிழ் மக்கள் ஏமாந்தால், அதற்கு ஆரியனை மாத்திரம் குறைகூறி, என்ன பலன்? தமிழனுக்கல்லவா உணர்ச்சி வரவேண்டும்? நாற்பது ஆண்டுகள் தமிழருக்காக உழைத்து உழைத்து, இனி என்றாவது தமிழனுக்கு விமோசனம் உண்டா என்று திகைக்கவும், என் உழைப்புத் தோல்வியுற்றதோ என்று கருதவுமான நிலையில், நான் இன்று இருக்கிறேன். தாய்மார்கள் கோபித்துக் கொள்வார்கள், இருந்தாலும் சொல்லி விடுகிறேன். ஒரு நண்பர், "தமிழனுக்கு ஏது விமோசனம்? ஒரு நள்ளிரவு தமிழ் ஆடவரெல்லாம் இறந்து போய் தமிழ்ப் பெண்களை ஆங்கிலர் மணந்தால், அவர்களுக்குப் பிறக்கும் சந்ததி வேண்டுமானால் விமோசனம் பெறும்" என்று கூறினார். நான், தமிழன் ஆரியத்துக்கு மட்டுமல்ல, கடவுளுக்கே மனிதன் அடிமையாக இருக்கக் கூடாது என்ற கொள்கை உடையவன். இராமன் ஆரியன் என்பதற்காக அந்தக் கதை கூடாது என்று சொல்வதா? ஆரியரில் ஒரு நல்லவன் கூடவா இருக்க மாட்டான்? ஒரு நல்லவன் இருந்தால், அவன் கதையைப் படிப்பதில் தவறு என்ன?

விஷ்ணு என்ற கடவுளே கூட ஆரியருடையதல்ல. தமிழருக்கு இருந்த கடவுளை, ஆரியர் தமதாக எடுத்துத் திரித்துக் கொண்டனர் என்று கூறுவர். உதாரணமாக சங்கநூற்களிலே, கண்ணன் எனும் தமிழ்த் தெய்வத்தைப் பற்றிக் குறிப்பு இருக்கிறது. அவன் பல தாரங்கொண்டவனல்ல, நப்பின்னை என்ற ஒரே காதலி, தெய்வீகக் காதல் அந்தத் தமிழ்க் கண்ணனை, கிருஷ்ணனாக்கி ஆபாசமாக்கினர். இராமனைக்கூடத் திராவிடன் என்று கூறுவர். அதை நான் வலியுறுத்தவில்லை. வால்மீகி குறித்த ஆபாசங்களை எல்லாம், கம்பர் திறமையாகச் சரி செய்து, தமிழர் மதிக்கும்படி செய்தார். இராமன் வில் முறித்து சீதையை மணந்தான் என்றார் வால்மீகர். கம்பன், தமிழர் அதனை மதியார் என்பதறிந்து, இருவரையும் சந்திக்கவைத்துக் காதல் கொண்டனர் என்று அழகாகப் பாடுகிறார். அகலிகை, தன்னைத் தேடித் தேவேந்திரனே வந்தானேயென்று, கலவியின் போது பெருமை அடைந்தாள் என்று எழுதினார். கம்பனோ தமிழர் அதனை மதியார் என்பதறிந்து இந்திரனின் சூது தெரியாது அகலிகை தவறினாள் என்று எழுதினார். இராவணன் தமிழன் என்று கூறுவது, எப்படிப் பொருந்தும்? கம்ப இராமாயணத்திலே எங்கே அவ்விதம் சொல்லியிருக்கிறது என்று கேட்டால், நான் சொல்லுகிறேன், இராவணன் தமிழன் என்று நண்பர் கூறுகிறார். ஆங்கிலம்

கற்ற சிலருடைய மொழிகளைக் கேட்டு, அறிவு கெட்டுப் போகின்றனர். ஹிராஸ் சொன்னார், அவர் சொன்னார், இவர் சொன்னார் என்று கூறுகின்றனர். தமிழ்நாட்டின் எல்லையைக் குறித்துச் சங்கச் செய்யுள் இருக்கிறது. குமரி ஆறு என்பது தெற்கு எல்லை. அதைக் கடந்து பல நூறு காதம் சென்று, பிறகு கடல் கடந்து அங்கே ஓர் தீவிலே, இராவணன் இருந்தான் என்று கூறப்பட்டிருக்கிறது. அது மடகாஸ்கர் தீவுக்குப் பக்கத்திலோ, வேறு எங்கோ இருந்திருக்கும். அது தமிழ்நாடு அல்ல. இராவணன் தென்னிலங்கை வேந்தன், என்ற ஓர் ஆதாரத்தைக் கொண்டே இராவணனைத் தமிழன் என்று கூறுவதா? ஒரு பிராமணன், எப்படி இலங்கை சென்றான் கடல்தாண்டி என்று கேட்பர். ஆஸ்திரேலியாவுக்குப் பக்கத்திலே ஓர் தீவில், ஒரு வெள்ளைக்காரன் நெடு நாட்களுக்கு முன்பே குடியேறிச், சுதேசர்களை மணந்து இராசா ஆகிவிட்டான். வெள்ளைக்காரன் எப்படி அங்கே போய் இராசாவானான் என்று கேட்பதா?

தமிழன் தன்னைத் தமிழனென்று கூறிக்கொள்ளவும் வெட்கப்பட்டுத், திராவிடன் திராவிடன் என்று தோள் குலுக்குவதா? திராவிடன் என்ற பெயர், சங்கநூலிலே ஏது? சுயமரியாதை சுயமரியாதை என்று, ஆரிய மொழி பேசினார்கள். நான் சொல்லிச் சொல்லி, இப்பொழுதுதான் தன்மானம் என்று தமிழாகப் பேசுகிறார்கள். நீங்கள் அண்ணாதுரை பேசும்போது, அவர் பேச்சை அங்கீகரித்தும், அகமகிழ்ந்தும் அடிக்கடி கைதட்டினீர்கள். எனக்கு அதுபோல் கை தட்டாவிட்டாலும் மனதையாவது திறந்து வைத்துக்கொள்ளுங்கள். நோய் தீர மருந்து தரமுடியாமல் விஷங்கொடுத்து ஆளையே கொல்வதுபோல, ஆரியத்தைப் போக்க முடியாமல் தமிழரையே இழிவுபடுத்தித் தமிழ்க் கலையை அழிக்க வேண்டாம். மக்களுக்கு அறிவூட்டுங்கள். ஆரிய ஆபாசத்தை எடுத்துக் கூறுங்கள், அதுதான் தக்க வழி."

பேராசிரியர் பாரதியார் தமது மறுப்புரையாற்றிவிட்டு, இரயிலுக்கு நேரமாகிவிட்டதென்று கூறி, உடனே போய் விட்டார்.

7. உயர்திரு அண்ணாதுரை அவர்களின் பதில்

"தோழர்களே! நான் ஆரம்பத்தின்போது சொன்னபடியே, எனக்கும் பாரதியாருக்கும் போர் நோக்கத்தைப் பற்றிக் கருத்தொற்றுமை இருந்ததையும், போர் முறை பற்றி மட்டுமே அவர் வேறுவிதமான கருத்துக் கொண்டிருக்கிறார் என்பதையும் தெரிந்து கொண்டிருப்பீர்கள். இந்தக் கருத்து வேற்றுமை தவிர, மற்றபடி ஆரிய ஆதிக்கம் கூடாதென்பதிலோ ஆரியம் தமிழருக்கு ஆகாது என்பதிலோ, பாரதியார் வேறுபாடான கருத்தைத் தெரிவிக்கவில்லை. இராமாயணத்திலோ ஆபாசங்களும், சில ஒழுக்கக் குறைவுகளும் இல்லையென்று அவர் கூறவில்லை அவைகளை மக்களுக்கு எடுத்துக் கூறி மக்களின் அறிவைப் பெருக்குங்கள், ஏடுகளைக் கொளுத்த வேண்டாம். சமய வெறிபிடித்த மக்கள், சுயமரியாதைக்காரர்களையே சுட்டெரிப்பார்கள் என்றுரைத்தார்கள். தமிழர் தம்மை உணர்ந்து எழுச்சி பெற்றால், அந்த எதிர்ப்பை அடக்கவே ஆரியரால் முடியாது. அவர்கள் நம்மைத் தீயிலிடத் துணிவரென்று அஞ்சும் தலைவர் பாரதியார், பசுமலையில் ஓய்வாக இருக்கட்டும். நாங்கள் அந்த ஏடுகளைத் தீயிட்டுக் காட்டி, அவரிடம் சென்று, "ஆரிய ஏடுகளைப் பொசுக்கினோம் இதோ வந்தோம். நாங்கள் மூட்டிய தீ, ஆரியத்தையும், அது தங்கியிருக்கும் இடத்தையும் சூழ்ந்து கொள்ளுமோ என்றே இப்போது ஆரியர் அஞ்சுகின்றனர்" என்று பாரதியாரிடம் கூற, நான் வருவேன் என்று உறுதி கூறுகிறேன். புகழ், சாந்தி, அமைதி புலவர்களுக்கே கிடைக்கட்டும்! எதிர்ப்பு, கஷ்டநஷ்டம், சுயமரியாதைக்காரர்களாகிய எங்கட்கே இருக்கட்டும். நாங்கள் எத்தகைய தொல்லையையும் சகித்துக் கொண்டு, ஆரியத்துடன் போராடுகிறோம். பாரதியார் போன்றவர்களுக்கு எமது தீவிரமான போர்முறை பிடிக்கவில்லையானால், ஒதுங்கி நிற்கட்டும். ஆனால் ஓய்வான நேரங்களிலாவது, ஏடுகளிலே காணப்படும் ஆபாசங்களையும், ஆரியக் கருத்துக்களையும், மக்களுக்கு எடுத்துக் கூறட்டும்.

பாரதியார் அவர்கள் தமது சொற்பொழிவிலே பெரும் பகுதி, நாம் கூறுவதை ஆதரிக்கவே செலவிட்டார்கள். கடைசியிலே, கோபத்தோடு சில கூறினார். நம்மீது கோபித்துக் கொள்ளவும், கண்டிக்கவும், அவருக்கு உரிமை உண்டு. வாலிபர்களின் கோபம், எனக்கும் கோபத்தைக் கிளப்புவது வாடிக்கை. வயோதிகரின் கோபமோ, எனக்குப் பரிதாபத்தையே கிளப்புவது வழக்கம்.

பாரதியார், 'கம்பனை இழக்கமாட்டேன், உலகிலேயே கம்பன் பெரிய கவி. நூலை எரிப்பதன் மூலம், மக்களின் ஆத்திரத்தையும் எதிர்ப்பையும் கிளப்பி அவதிப்பட வேண்டாம். மெள்ள மெள்ள மக்களுக்கு விஷய விளக்கம் ஏற்படச் செய்யுங்கள்' என்று நமக்குப் புத்தி கூறினார்; கம்பனிடம் கொண்ட பற்றுக்காக, சங்க நூற்களைக் கூட தள்ளி விடவும் துணிந்தார்! இது அவருடைய பற்றினைக் காட்டுகிறது. இது அவருடைய முன்னாள் கருத்தாக இருந்ததில்லை என்பதை இனி விளக்குகிறேன். அதே சொற்பொழிவிலே, நான் 40 ஆண்டுகளாகத் தமிழருக்கு அறிவு புகட்டும் வேலையிலே ஈடுபட்டேன், ஆரியத்தை எதிர்த்தேன். ஆனால், இன்றோ என் முயற்சி வீணாயிற்று, உழைப்பு வீணாயிற்று, தோல்வியுற்றேன் என்று திகைக்கும் நிலைபெற்றேன் என்று கூறுகிறார். நாற்பது ஆண்டுகள் மெள்ள மெள்ள மக்களிடம் விஷயத்தை விளக்கும் முறையைக் கையாண்டு, பாரதியார் தோற்றதாகத் தாமே கூறிவிட்டு, அதே முறையையே நாம் கையாள வேண்டுமென்று புத்திமதி கூறினால், அதனை எப்படி ஏற்றுக்கொள்ள முடியும்? அவரது உழைப்பு வீணானதற்குக் காரணமே, அந்த மெள்ள மெள்ள எடுத்துச் சொல்லி மக்களே ஆரியத்தை எள்ளி நகையாடும் விதமாகப் பேசிப்பேசி வந்த அந்த வேலை முறை, மூலத்தைப் பிடித்தாட்டாது போனதுதான் என்பேன். எனவே, இனி நாம் ஆரியத்தை ஒழிக்க வேண்டுமானால், எதிர்ப்புக்கஞ்சாமல், தீவிரமாக உழைக்கத்தான் வேண்டும். நாம் இன்று கூறுவது, பெரியதோர் தீவிரமுமல்ல. இருபதாண்டுகளுக்கு முன்பே, மலையாள நாட்டிலே, பண்டித மதன்மோகன மாளவியா முன்னிலையில் ஓர் மாநாட்டிலே, இராமனுக்கு ஜே! என்று சிலர் கூறியபோது, தீவிரவாதிகள், இராவணனுக்கு ஜே! என்று கூவினார்கள். மாளவியா மருண்டே போனார்!

இராவணனைப் பிராமணன் என்று பாரதியார் கூறினார்கள். அதற்கான ஆதாரம் கூறாமல் இலங்கைத் தீவு என்பது தமிழ்நாட்டு எல்லை என்று குறிக்கப்பட்டுள்ள இடத்தைச் சார்ந்ததல்ல; அது தமிழகத்திற்குப் பல காத தூரத்திற்கப்பாலிருந்த ஓர் தீவு என்றார்கள். இராமாயண காலமென்று சரித, இலக்கிய ஆசிரியர்கள் குறித்துள்ள காலத்திலே, ஆரியர் வட இந்தியாவிலே சில சிறிய அரசுகளை அமைத்துக் கொண்டு இருந்தார்கள் என்று தெரிகிறதே தவிர, தமிழகத்திலோ, அதை அடுத்தோ, தீவுகளிலோ ஆரியர்கள் இருந்தார்களென்று தெரியவில்லை. பூமி தத்துவத்தை

ஆராய்ந்தோர், பன்னெடுங்காலத்துக்கு முன்பே, லெமூரியா கண்டமென்ற பூபாகம் இருந்ததெனவும், கடல்கோள் ஏற்பட்டே அது சுருங்கித் தமிழக எல்லை கெட்டதென்றும் கூறுகின்றனர். எனவே இலங்கை என்று குறிப்பிட்ட இடம், ஆரிய நாடாக இருக்க நியாயமில்லை. அகச்சான்றோ புறச்சான்றோ இன்றி, இதுவரை வெளிவந்துள்ள ஆராய்ச்சியாளர்கள் அனைவரையும் ஒதுக்கித் தள்ளிவிட்டு இராவணன் ஓர் பிராமணன் என்று கூறுவது அர்த்தமற்ற கூற்று. அதுபோலவே ஆரியப் பாத்திரங்களைத் தவிர ஏற்றுக்கொள்ளக் கூடிய விதமாகவும், கம்பர் தீட்டியதுதான் தமிழருக்குக் கேடாக முடிந்தது என்று நாம் கூறுகிறோம். அதுதானே கம்பனின் திறமை என்று பதில் கூறுவதிலே ஏதாவது பொருளுண்டோ.என்று கேட்கிறேன். கம்பர் அதுபோல் ஆரியரை உயர்த்திவிட்டதால்தான் தமிழர் தங்கள் கலையைக் கலப்பற்ற தமிழ்க் கலையை மறந்தனர். தமிழ் வீரரைப் போற்றுவதில்லை; தமிழ்ப் பத்தினிகளைப் போற்றுவதில்லை. பிராமணர்களுக்கு இராமன் தானங் கொடுத்தாரென்று எழுதப்பட்ட நூலைத் தமிழர் படிக்கலாமா என்று கேட்டால், பாரதியார் தன்வீட்டுப் பெண்கள் ஆரியப் பிராமணருக்குத் தானம் தருவதாகவும், அதனைத் தம்மால் தடுக்க முடியவில்லையென்றும் கூறுகிறார். இது என்ன பதில்? கம்ப இராமாயணத்தை இவர் படித்துக் கொண்டே இருப்பதைக் கண்டு, அவர் வீட்டினர் அதிலுள்ளபடி நடக்க வேண்டுமென்று, எண்ணிப் பிராமணருக்குத் தானம் தருகின்றனர் போலும்! பாரதியார் கம்ப இராமாயணத்தைக் கண்டித்தால் அவர்களும் தம் போக்கை மாற்றிக் கொள்வார்கள்.

ஆரியரின் செயல்களையும் இவர்களைப் பற்றி உயர்த்தப்பட்டிருக்கும் விதத்தையும் கேட்பார் சிரிக்கும்படி எடுத்துரைக்க வேண்டும். அதுதான் முறை என்று, பாரதியார் கூறுகிறார். அதுபோல் பேசிக் கொண்டிருந்தால் ஆரியரும் கூட இருந்து சிரித்துக் கொண்டிருப்பார்களே தவிர காரியம் நடக்காது. ஆரியத்துடன் போராடிப் போராடி அலுத்துப் பாரதியார் விரக்தி வேதாந்தம் பேசுகிறார் என்று கருதுகிறேன். பிற மத நூற்களைப் படிப்பதால், தமிழன் கெடுவானோ என்று கேட்கிறார். கம்ப இராமாயணத்தைத் தமிழன் பிற மத நூலென்று படிக்கவில்லை, தனக்காக உண்டாக்கப்பட்ட மத நூல் பக்தியோடு பாராயணம் செய்தல்லவா ஆரியத்தைத் தழுவிக் கொள்கிறான், தமிழனுக்குத் தனிக் கலை இருக்க, தனி நெறி இருக்க, ஏன் ஆரியக் கலையையும் மதத்தையும் தன் தலைமேல் சுமந்து திரிய வேண்டும் என்று கேட்டால்,

அதற்கோர் சமாதானமுங் கூறக் காணோம். இதை மட்டும் எரித்தால் போதுமா? இன்னும் பல உள என்று கூறுவதும் என்ன பதில்? உவமைகள் கூறி வாதிடுவது ஆபத்து. பாரதியார் ஓர் உவமை கூறினார். நோயாளிகளுக்கு மருந்து கொடுத்து நோய் தீர்க்காமல், விஷமூட்டிக் கொல்வதற்குச் சமம் இராமாயணத்தை எரிப்பது என்று அவர் கூறினார். நான் ஓர் உவமை கூறமுடியும். உடலிலே கொப்பளிக்கும் கட்டியைக் கரைய வைக்க உள்ளுக்கு மருந்து சாப்பிட்டுத் தீராததால், ஆபரேஷன் செய்வது ஓர் முறை, அதுபோல, ஆரிய நோய் கொண்ட தமிழ் மக்களுக்கு உள்ளுக்கு மருந்து தருவதுபோல், பாரதியார் போன்றவர்களின் அறிவுரைப் பிரசாரம் செய்துபார்த்து ஆரிய ஏடுகளைத் தீயிலிடுவோம் என்ற தீவிர முறையைச் சுயமரியாதைக்காரர்கள் கையாள்கின்றனர். இன்று கம்ப இராமாயணத்தை விடச் சிறந்த கலை இல்லை என்று வாதிட்ட பேராசிரியர் பாரதியார், 1938ஆம் ஆண்டு மார்ச்சு மாத முதல் வாரத்தில், வடாற்காடு வட்டாரத் தமிழர் மாநாடு திருவத்திபுரத்தில் நடைபெற்ற போது, தலைமை வகித்து ஆற்றிய சொற்பொழிவிலே சொல்கிறார்:

"தமிழர்கள் தங்கள் கலப்பில்லாத கலை நயத்தையும், குற்றமில்லாத மொழி நலத்தையும் நிகரில்லாத இலக்கிய நலத்தையும் பெற்றிருந்தனர்" என்று பேசினார். இதைத்தான் நான் இன்று சொன்னேன். தமிழருக்குக் கலப்பில்லாத தமிழ்க் கலை எப்போது இருந்தது? கேளுங்கள், பாரதியார் அன்று கூறினதை.

"அசோகர் தமது கருத்துக்களைச் சிலசாசனங்களில் வெளியிடுவதற்கு முன்னமேயே, இயேசு கிறிஸ்து மக்களுக்கு உண்மைகளை எடுத்துக் காட்டுவதற்கு முன்னமேயே" என்கிறார் பாரதியார். எனவே, கம்பன் காலத்திற்கு முன்பே தமிழருக்குத் தனிக்கலை இருந்தது, எது அக்கலை என்பதையும் அவர் விளக்கினார்.

"சுமார் 2500 ஆண்டுகட்கு முன் தோன்றிய தொல்காப்பியம் என்னும் பேரிலக்கணப் பெருநூல், தமிழ்மொழியின் தொன்மைச் சிறப்பை விளக்கும் ஒரு பெருநூலாகும்" என்று அன்று கூறினார். இன்று, தமிழ்நாட்டையும் இழப்பேன், கம்பனை இழக்கமாட்டேன் என்று கூறுகிறார். அவர் அன்று மேலும் கூறினார், "சரித்திர காலத்துக்கு முன்பே தோன்றிய இலக்கியங்கள் வரம்பின்றிப் பரந்து பல்வேறு

கலைத்துறைகளைத் தன்னகத்தே கொண்டு, பல்வேறு மக்களைச் சமமாகக் கருதி, நிலவி இருந்தன" என்று கூறிவிட்டுத் தமிழர் கலைகளின் பட்டியல் தருகிறார். அவற்றுள், கம்ப இராமாயணம் இல்லை என்பதைக் கவனிக்க வேண்டுகிறேன். பாரதியார் அன்று தந்த பட்டியல் இது; வள்ளுவர் வழங்கிய வான்புகழ் குறளும், அகத்துறை நிரம்பிய கலியும், குறுந்தொகையும், குறுநூறும் பொருட்டுறை காட்டிய புறநானூறும், இளங்கோ அருளிய வளங்கெழுமிய சிலப்பதிகாரமும், பண்டைத் தமிழ் மக்கள் புதுப்பொருள் கண்டு ஆராய்ந்து உணர்த்தும் மதுகை உடையர் என்பதை விளக்குகின்றன.

இவ்வளவு தனிக் கலைகள் கொண்ட தமிழர் ஏன் பிறகு கலப்புக் கலையை மேற்கொண்டனர்? அதற்குப் பாரதியார் கூறினார் அன்று 'வடமொழியின் புளிச்சுவையில் நாட்டங் கொண்டனர்.' சரி! அதனால் என்ன கெடுதி நேரிட்டது? பாரதியார் கூறினார், 'வடமொழியின் புளிச்சுவையில் நாட்டங் கொண்டு, அதனையே பெரிதும் உண்டு, அறிவு வேட்கையைத் தணிக்கத் தொடங்கினர்.' அஃது அவர்தம் அறிவினை மயக்கி, அறிவால் ஆகிய அவர்தம் ஆக்கை நலத்தை ஈடழித்துப் பலவீனர்களாக்கி விட்டது. அதனால், புது நெறியில் கருத்தைச் செலுத்திப் புதுமையும் முற்போக்கும் நிரம்பிய கலைச் செல்வங்களை ஆக்கிக்கொள்ளும் அமைதி குன்றினர்.

"சுவை பயவாத கவிதைகளையும், இயற்கைக்கு மாறான சுவை கொண்ட வெற்று நூல்களையும், பொய் நூல்களையும் புனைந்து அறிவு கெடுவாராயினர்."

இங்ஙனம் அன்று பாரதியார், ஆரியக் கற்பனைக் கலைகளைத் தமிழர் தமது தனிக் கலையுடன் கலந்து கெட்டனர் என்பதை எடுத்துக் கூறி வளர்த்த உணர்ச்சிதான், இன்று அத்தகைய ஆரியக் கலையை அகற்ற வேண்டும், தீயிலிட வேண்டும் என்று எங்களைக் கிளர்ச்சி செய்ய வைக்கிறது. ஆனால் இன்று, அவர் அதனை எதிர்க்கிறார்.

பாரதியார் அன்று, "கி. பி. 5–ம் நூற்றாண்டாகிய புராண காலத்துக்கு முன்பு தனித் தமிழில் இனிமை நலத்தைச் சுவைத்தறிந்த தமிழ் மக்கள், இருசாதிப் பொருள்களைத் தழுவிக் கொண்டு பல சாதியர்களுக்குப் பிறந்த கூட்டத்தோடு செல்வாரைப் போலக் கலப்பு நூற்பொருள்களைக் கைப்பற்றிச், செந்தமிழின் சிறப்புக்குக் கேடு செய்கின்றனர்" என்று கூறினார்.

"ஆபாசப் பொய்க் கதைகளும் பொய்யொழுக்கங்களும், தமிழ் நெறிக்குப் பொருந்தாத இலக்கிய இலக்கணங்களும் எழுந்து, தமிழர்களின் இயற்கை அறிவைக் கெடுத்துத் தமிழன் என்பதையும் மறந்து கெடுமாறு செய்து விட்டன" என்று பாரதியார் அன்று கூறினார். அதனை மேலும் விளக்க, அன்று பாரதியார், 'ரோமர் எனும் மேனாட்டினர் தங்கள் மொழிச் சிறப்பும் கைவிடாது, தம் சமூகத்திற் கலக்கப் போந்த கிரேக்கருடைய மொழியிலும் கலையிலும் நல்லவையாய் உள்ளவற்றை மேற்கொண்டு சிறப்படைந்தனர்'.

"சங்க காலத்திற்குப் பின் இருந்த தமிழர், வடமொழியின் மொழி நலத்தையும் கலை நலத்தையும் ஆராய்ந்து, தமது பகுத்தறிவு கொண்டு புடைத்து நல்லனவற்றைத் தேர்ந்துகொள்ள முடியவில்லை. ஒருமுறை துறையின்றி அவ்வடவர் மொழி, கலை, நாகரிகம் முதலியவற்றில் நுழைந்து அவற்றின் வெறிகொண்டு, இக்கால – இக்கீழ் நிலைக்குக் காரணமாகிய செயல்களைச் செய்து ஒழிந்தனர்" என்று கூறினார்.

இக்கால – இக்கீழ் நிலையைப் போக்க, அக்காலத்தில் ஏற்பட்ட ஆரியக்கலையை நீக்குவதே சரி. அதற்கான மனப்பான்மை மக்களிடம் உண்டாகவே, ஆரிய ஏடுகளைத் தீயிலிட வேண்டுமென்று கூறுகிறோம். அந்த முறை மட்டுமே தமக்குப் பிடிக்கவில்லை என்று பாரதியார் கூறிவிட்டு வேறு முறையாகிய, மெள்ள மெள்ள விஷய விளக்கமாற்றுவதைச் செய்யவேண்டுமென்று கூறினார். ஆனால், அவரே, அதேமுறையை 40 ஆண்டுகளாகத்தான் செய்து பார்த்துத் தோல்வி மனப்பான்மையே பெற்றதாகக் கூறிவிட்டதால், அவர் கூறிய முறை சரியாகாது என்பது ஏற்படுகிறது. எனவே, விவாதத்துக்கு முன்பிருந்ததைவிட அதிக உறுதி பெற்றுச் சுயமரியாதைக்காரர்கள் ஆரிய ஏடுகளைத் தீயிலிடும் திட்டத்தை நிறைவேற்றுவர் என்பதைத் தெரிவித்துக் கொண்டு, இந்த நல்ல உரையாடலை அமைத்துத் தந்த தோழர்களுக்கு என் நன்றியறிதலைத் தெரிவித்துக் கொள்கின்றேன்"

தலைவர் முடிவுரை

நண்பர்களே! இருவர்களின் அழகிய சொற்பொழிவு களையும், கேட்டீர்கள், சென்னையில் இது போல் நடந்த கூட்டத்திலே, அங்குத் தலைமை வகித்தவர், முடிவுரையாக

எதுவும் கூறாது இருந்துவிட்டார். நான் அவ்விதமின்றி முடிவுரையாக என் கருத்தைக் கூறப்போகிறேன்.

இருவரும் ஆரிய ஆதிக்கம் கூடாதென்றும், இராமாயணாதிகளிலே உள்ள கற்பனைகள் கூடாதென்றும்தான் கூறினார்கள். ஒருவர் கொளுத்தவேண்டுமென்று கூறினார். மற்றவர், மெள்ள மெள்ள மக்களுக்கு விஷயத்தை எடுத்துச் சொல்ல வேண்டுமென்று சொன்னார். ஆகவே, இருவருக்கும் அடிப்படையான அபிப்பிராய பேதம் இல்லை. அபிப்பிராய பேதம் இருந்தால்தானே, நான் ஏதாவது தீர்த்து வைக்க வேண்டிய அவசியமுண்டாகும்? நூலைக் கொளுத்துவதால் ஆரியம் அழிந்துவிடுமா என்றால், அழிந்து விடாதுதான். ஆனால் அவைகளைக் கொளுத்துவதால், பயன் இல்லாமற் போகவில்லை. மக்களிடம் புது உணர்ச்சியும் புதுக்கருத்தும் பரவவே, கொளுத்திக் காட்டுவதாகக் கூறுகிறார்கள். ஆரியக் கற்பனைகளைக் கண்டிக்கவே, அதை ஒரு முறையாகக் கொண்டனர். அதற்கு, கொளுத்துவது பயன் தரத்தான் செய்யும். அன்னிய ஆடைகளைக் கொளுத்தினது எப்படி, அன்னிய நாட்டுப் பொருள்களை உபயோகிப்பதைக் கண்டிக்க ஓர் முறையாக இருந்ததோ, அதுபோல, அன்னியக் கலையைக் கண்டிக்க, அந்த ஏடுகளைக் கொளுத்துவது ஒருவழி. ஆனால் ஏடுகளை உடனே கொளுத்தி விடாமல், இதோ கொளுத்துகிறோம் – கொளுத்தப் போகிறோம் என்று கூறிக்கொண்டே, இன்னும் சில நாட்கள் இதுபோன்ற விஷய விளக்கமாற்றும் காரியத்தைச் செய்யவேண்டுமென்பது என் அபிப்பிராயம்.

"நான் ஆரிய ஏடுகளைக் கொளுத்தவேண்டுமென்று கூறி, அவைகளைக் கண்டித்துப் பேசுகிறேன்" என்று அண்ணாதுரையும், "நான் அவைகளைக் கொளுத்தக்கூடாதென்று கூறிக் கொண்டே அவைகளிலுள்ள ஆபாசங்களை எடுத்துக் கூறுகிறேன்", என்று பாரதியாரும், ஒருவருக்கொருவர் பேசிக்கொண்டு வந்தே இவ்விதம் பேசினார்களோ என்று தோன்றுகிறது. ஏனெனில் அண்ணாதுரை கூறியவற்றிலே முக்கியமான எதையும் பாரதியார் மறுத்துப் பேசவில்லை.

சென்னையிலே தோழர் சேதுப்பிள்ளை, இராவணனை ஆரியன், என்று கூறினார். அதுவே பாரதியாரின் கருத்து. இராவணன் சாமமே பாடினான். ஆகையால் அவன் ஆரியனாகத்தான் இருக்கமுடியும் என்று வாதிட்டனர்.

இராவணன் சாமவேதம் பாடினான். ஆகையால், அவன் ஓர் தமிழன் என்று நான் கூறுகிறேன். எப்படி என்று கேட்பீர்கள். இராமாயண காலத்தில், ஆரிய வேதங்கள் ருக்கு, சாமம், யசுர், அதர்வணம் என்ற நான்கு பெயர்களுடன், நூலாக இருந்ததில்லை. ஒரே வேதம் இருந்தது. வியாசர் காலத்திலேதான், மூன்று வேதங்களாகப் பிரித்துத் தொகுக்கப்பட்டது. இராவணன் காலத்திலே, ஆரிய வேதமாகிய சாமம் கிடையாது. அவன் பாடியது தமிழ். தமிழர்களுக்கு அக்காலத்திலே நான்கு மறைகள் உண்டு. அவைகளிலே ஒன்றுக்கு, சாமம் என்று பெயர், ஆகவே; தமிழ் மறையான சாமத்தை தமிழ் மொழியில், தமிழனாகிய இராவணன் பாடினான். அவன் தமிழன் என்பதற்கு அந்த ஆதாரமே போதும். வாதத்துக்காக இராவணன் ஓர் ஆரியன் என்றே வைத்துக் கொள்வோம். இராமனும் ஆரியன், இராவணனும் ஆரியன். ஆக இரு ஆரியரின் வரலாறுதானா தமிழனுக்குக் கலையாக வேண்டும்? தமிழனுக்குத் தமிழரைப் பற்றிய கலை இருக்கக்கூடாதா? ஆரிய மொழியாகிய இந்தி வந்தால், தமிழ்மொழி கெடும் என்று போராடிய பாரதியார், ஆரியக் கலையாகிய இராமாயணம் இருப்பதால் தமிழர் கலை கெடும் என்று கூறி, அவரல்லவா இப்போருக்குத் தலைமை தாங்கி இருக்க வேண்டும்?

கம்ப இராமாயணத்தைப் பெரியார் படிக்கவில்லை, அதிலே ஓர் ஆபாசமும் இல்லை என்று பாரதியார் கூறினார். நான் கம்ப இராமாயணத்தைப் படித்தவன். நான் சொல்லுகிறேன், அதிலே பல ஆபாசங்கள் உள்ளன!

சிவனுக்கும் ஐந்து தலைகளாம். பிரமனுக்கும் ஐந்து தலைகளாம். ஒரு நாள் பார்வதி, சிவனென்று கருதிக் கொண்டு, பிரமன் பக்கத்திலே உட்கார்ந்து கொண்டு கொஞ்சினார்களாம். பிரமனுக்கும் ஐந்து தலை இருந்ததால், பார்வதிக்குத்தான் ஆள் அடையாளம் தெரியவில்லை. பிரமனுக்குத் தெரியாதா, வந்தது பார்வதி என்று? அவர் சும்மாவா இருந்துவிட்டார்? அவரும் குலாவினார். திடீரென அங்கு வந்த சிவன் கோபித்துப், பிரமனே! உனக்கு ஐந்து தலைகள் இருப்பதால்தானே இந்த ஆபாசம் நடந்தது என்று கூறி, பிரமனுடைய தலையை, முந்திரிப் பழத்தைத் திருகி எடுப்பது போலத் திருகி எடுத்து விட்டாராம்! இந்த ஆபாசத்தைக் கூடக் கம்பர் விடவில்லை.

இருவர் சொற்பொழிவுகளையும் கேட்டு இன்புற்ற நீங்கள் மிக்க பயன் பெற்றீர்கள் என்பதைக் கூறி, முடிக்கிறேன்.

பின், நன்றி கூறலுடன் கூட்டம் இனிது முடிந்தது.